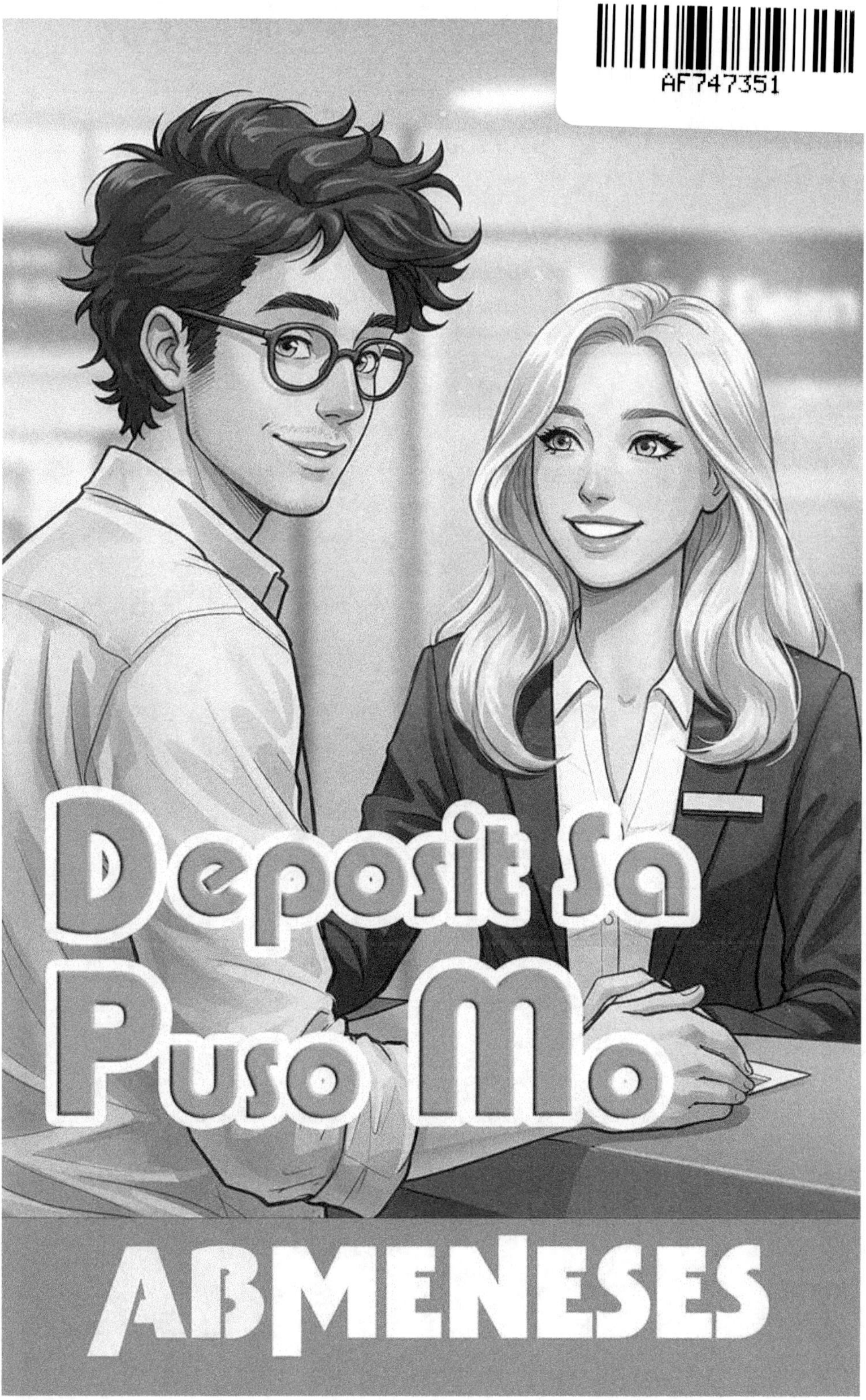
Deposit Sa
Puso Mo
ABMENESES

Dedicated to my ever supportive and loving wife,

Maridel

and

our two treasures,

David

and

Gwyneth

Thank you for supporting all my elusive dreams and schemes.

Published by
ABMENESES
(addmediacreatives@gmail.com)
9 Benefit St. GSIS Village, Brgy. Sangandaan, Quezon City, 1116

ISBN - EPub **978-621-8458-26-0**
Softbound/Paperback **978-621-8458-28-4**
Hardbound **978-621-8458-27-7**
PDF *(downloadable)* **978-621-8458-29-1**

Introduction

Sa dinami-dami ng pwedeng ka-love team ng isang gamer-slash-professional tamad na tulad ni Henry, bakit nga ba isang bank teller pa ang naka-shoot sa puso niya? Hindi ito fairy tale. Walang magic spell o love potion. Pero sa sandaling pagkakatinginan nila ni Helene sa bangko—ay, boom panis, tinamaan si kuya ng matinding kilig! Problem is, si Helene? Professional. Prim and proper. At si Henry? Well... he's allergic to responsibility, obsessed sa computer games, at literal na kinakatakutan ang mga bangko. O diba, match made in Laglagan Heaven?

Welcome sa mundo ni Henry, ang lalaking puwedeng mag-top 1 sa "Most Likely to Mess Up Adulting" list. Pero sa kabila ng kanyang pagka-sabog sa buhay, may puso naman siyang kayang magmahal nang totoo. Lalo na kung ang inspiration niya ay si Helene, ang bank teller na may ngiting nakakawala ng kaba—at utang. Each episode is filled with hilarious scenarios: mula sa mga epic fail attempts ni Henry na magpaka-responsable para lang makita si Helene, hanggang sa mga kalokohan niya with his barkada sa paghahanap ng forever.

Pero hindi lang puro tawa at kilig—may hugot din! Sumasabit din ang feelings ni Henry sa ATM ng emotions: may love, rejection, second chances, at growth. Imagine mo na lang 'yung eksenang nagmamadali siya sa bank queue, hoping siya ang mapunta kay Helene, only to end up with... Ma'am Joy na madalas may resting "huwag mo akong kausapin" face. Aiiieee, saklap! Pero laban pa rin si kuya.

This book is your ultimate romcom tambayan. If you love Filipino humor, witty dialogues, nakakakilig na eksena, and characters that feel like your tropa from college—this one's for you. At habang iniisip mo kung may pag-asa pa ba si Henry kay Helene, maghanda ka na sa riot ng kakatawa at heart squeeze moments. Kasi minsan, ang love life... parang pagkuha ng number sa bangko—kailangan ng tiyaga, tamang timing, at konting swerte!

So ready ka na ba? Tara na't magpila sa kwento ng pag-ibig, kabaliwan, at second chances ni Henry—number 143, please proceed to the counter of your heart.

ABMeneses

1

Ang Buhay-Tambay

Sa loob ng isang maliit na kwarto na punong-puno ng kalat— mula sa mga pinaglumaan niyang damit hanggang sa mga kahon ng instant noodles—nakahilata si Henry sa harap ng computer. Ang ilaw ng monitor lang ang nagbibigay-liwanag sa mukha niyang pagod pero ganado habang walang humpay ang pagpindot niya sa keyboard.

"Bang! Bang! Headshot!" sigaw ng game announcer sa screen.

"Aha! Patay ka na naman, tol!" sigaw ni Henry, halos maluha-luha sa tuwa.

Buong gabi ay naglalaro na siya pero wala siyang balak tumigil man lang o matulog. Sa mundo ng online games, isa siyang alamat—ang takbuhan ng mga tropa kapag may kailangan silang talunin sa laro. Pero sa tunay na buhay? Isa siyang certified tambay.

Mas gugustuhin niyang maglaro kaysa gumawa ng kahit anong responsableng bagay. Kahit ang magtupi lang ng damit o magligpit ng kama, tinatamad siyang gawin. Para sa kanya, ang buhay ay isang malaking game: kung walang thrill, walang kwenta.

* * * * * * * * * * *

"Henry! Bumangon ka na riyan! Ano ka ba?! Hindi ka na naman lumabas ng kwarto mo maghapon!" sigaw ng kanyang ina mula sa kusina.

"Haaiisst..." bumuntong-hininga siya. Kinuha ang cellphone, tiningnan ang oras, at napaigtad. **Alas-diyes na pala!**

Mabigat ang katawan niyang bumangon. Pagbaba niya, nakasimangot na ang Mommy niya habang naglalagay ng ulam sa mesa.

"Pumunta ka sa bangko mamaya, ha?" biglang sabi nito.

Napakurap si Henry. "Ha? Bakit?!"

"Kailangan mong i-deposit itong tseke. May due na ang bayad sa bahay. Kung hindi mo madadala yan ngayon, lalaki ang penalty natin!"

Biglang lumamig ang katawan ni Henry. **Bangko? Deposit?**

****

Napalunok siya. Para bang may bumagsak na mabigat na bato sa dibdib niya. Hindi niya alam kung paano ipapaliwanag, pero may malalim siyang takot sa bangko. Hindi dahil sa magnanakaw o holdaper—kundi dahil natatakot siyang magkamali.

Dati kasi, nag-deposit siya ng pera, tapos nagkamali siya sa form. Ang masama pa, natawa ang teller! Simula noon, tila bangungot na sa kanya ang pumasok sa bangko.

"Eh... pwede bang ikaw na lang, Ma?" pilit niyang ngiti.

"Henry! Wala akong oras ngayon! Ikaw ay nasa bahay lang maghapon! Tapos gusto mo ako pa ang pupunta?" taas-kilay na sagot ng Mommy niya.

Wala siyang kawala.

Sa loob-loob niya, gusto niyang sumigaw ng **"Reset!"** para makaiwas sa sitwasyon. Pero hindi ito laro.

At mukhang wala siyang choice kundi ang harapin ang pinakaayaw niyang gawin.

2
Mission: Deposit Or Else

Ala-una na ng hapon, pero si Henry hindi pa rin umaalis. Nakatunganga lang siya sa tseke na nakapatong sa lamesa. Paulit-ulit niyang iniisip ang posibleng mangyari sa bangko.

"Paano kung mali ang malagay kong account number?"

"Paano kung hindi ko maintindihan ang form?"

"Paano kung pagtawanan ako ng teller?"

Napailing siya. "Aray naman! Bakit ba kasi ako?!"

* * * * * * * * * *

"Henry! Ano pa'ng ginagawa mo? Ang tagal mo namang gumalaw!" sigaw ng Mommy niya mula sa kusina.

Napalunok siya. Wala nang atrasan 'to.

Dahan-dahan siyang nagbihis—simpleng t-shirt, pantalon, at tsinelas. Pero bago lumabas, tinapunan niya ng tingin ang sarili sa salamin. Mukha ba akong kagalang-galang?

Mukhang hindi.

Dinagdagan niya ng jacket para kahit paano, mukhang may direksyon ang buhay niya.

* * * * * * * * * *

Sa labas, nag-aalangan pa rin siyang sumakay ng jeep. *"Ano ba 'to, Henry? Hindi ka naman holdaper! Deposit lang 'to!"* inis niyang bulong sa sarili.

Sa biyahe, panay ang tapik niya sa bulsa kung andun pa ang tseke. Baka kasi sa sobrang kaba niya, malaglag pa. Paulit-ulit niyang binasa ang pangalan ng banko, iniisip kung paano niya iaabot 'yon sa teller nang hindi pinapawisan.

* * * * * * * * * *

Pagbaba ng jeep, nanlaki ang mata niya.

Ang bangkong pupuntahan niya... punung-puno ng tao!

"Aiiieee! Bakit ang dami-dami ng tao dun?!"

* * * * * * * * * * *

Sa labas pa lang, gusto na niyang umatras.

Pero naalala niya ang sinabi ng Mommy niya: "Pag hindi mo 'yan dineposit ngayon, lalaki ang penalty natin!"

Humikbi siya sa loob-loob niya. Bakit ba kasi hindi online transfer 'to?!

Walang choice si Henry. Kailangan niyang pumasok.

Naglakad siya papunta sa pinto, pero pag hawak niya sa handle, parang biglang bumagal ang mundo. Para siyang bida sa pelikula na papasok sa isang boss fight.

Game start.

3
Shucks! Ganda ng Teller!

Pagkapasok ni Henry sa bangko, agad siyang binulaga ng malamig na aircon at mahahabang pila. Napalunok siya. **"Haaiisst! Ano 'tong pinasok ko?!"**

Dahan-dahan siyang lumapit sa isang maliit na mesa kung saan may mga deposit slips. Kumuha siya ng isa, pero nag-freeze ang utak niya.

"Account name... check number... deposit amount..."

Para siyang nag-e-exam sa subject na hindi niya pinag-aralan! Nagsimula siyang magsulat, pero nanginginig ang kamay niya. Halos hindi niya mabasa ang sarili niyang sulat.

"Bahala na," bulong niya.

Nagmamadali siyang pumila, pero habang palapit siya nang palapit sa teller, lalong bumibilis ang tibok ng puso niya. Pawis na pawis siya kahit ang lamig-lamig sa loob ng bangko.

At doon niya siya nakita. Ang teller sa dulong counter—na maganda.

Sobrang ganda.

* * * * * * * * * * *

Mahaba ang buhok, maputi, at ang bango-bango kahit nasa kabilang counter pa siya. Pero ang pinaka-nakapagpatigil sa mundo ni Henry? Ang ngiti nito.

"Next, please!"

Napakurap siya.

"Ha?! Ako na ba?!"

Para siyang nag-time travel paharap sa counter. Hindi niya namalayang siya na pala ang susunod.

"Good afternoon, sir!" masiglang bati ng teller. "Padeposit po?"

Sa sobrang kaba, halos hindi makapagsalita si Henry. Nakalimutan niyang huminga!

"Opo... ah... oo," nauutal niyang sagot habang nanginginig na iniaabot ang deposit slip.

Nakita niyang bahagyang kumunot ang noo ng teller habang tinitingnan ang sulat-kamay niya. Naku! Mukhang hindi niya mabasa!

"Ay, sir, mukhang nagkamali po kayo ng lagay sa amount. Paki-double check po muna."

Pakiramdam ni Henry, gusto niyang himatayin sa kahihiyan. Sabi na nga ba, eh!

"Ha-ha-ha... talaga po? Pasensya na, first time ko po kasi magdeposit," pilit niyang tawa.

Napatingin ang teller sa kanya. Tila nagulat ito, pero agad din siyang nginitian. "Ay, ganun po? Sige, tutulungan ko na lang kayo, sir!"

Tulungan? Ako?

Aiiieee!

At doon na nagsimulang lumutang si Henry sa alapaap.

Hindi na niya inintindi ang takot sa bangko. Ang tanging nakikita niya lang ay si **Helene**—ang napakagandang teller na, sa hindi niya maintindihang dahilan, ay parang anghel na ipinadala para tulungan siya.

At bigla, napalitan ng kakaibang excitement ang kaba niya.

4

Bank Run o Love Run?

Para kay Henry, hindi ito basta-bastang araw. Kanina lang, namimilipit siya sa kaba. Pero ngayon? Feeling niya parang bida siya sa isang romance movie.

Habang pinapanood niya si Helene na tinutulungan siyang itama ang sulat niya sa deposit slip, hindi niya maiwasang mapatitig sa mukha nito. Ang haba ng pilik-mata, ang kinis ng balat, at ang lambing ng boses habang nagpapaliwanag.

"Sir, dito niyo po ilalagay 'yung exact amount. Tapos, ito pong signature, dapat pareho sa nasa likod ng cheque."

Imbes na mahiya, lalo siyang kinilig. Hindi siya sanay na may isang babae—lalo na isang ganito kaganda—na pasensyosong tinuturuan siya.

"Ay, oo nga po. Sorry po, ha?" nahihiyang sagot ni Henry. *"Aiiieee, ang bait niya!"*

Ngumiti lang si Helene. "Okay lang po! Normal lang naman 'yan, lalo na sa first time mag-deposit. At least, next time, mas mabilis na!"

"Next time?"

Nagkaroon ng spark sa utak ni Henry.

Ibig sabihin ba nito, pwede siyang bumalik dito? Ibig sabihin ba nito, makikita niya ulit si Helene?!

* * * * * * * * * * *

Sinusulat niya ang tamang impormasyon sa slip, pero hindi mawala ang kilig sa dibdib niya. Kadalasan, ang pakiramdam niya sa bangko ay kaba at takot. Pero ngayon, ibang klaseng excitement ang nararamdaman niya.

Hindi takot. Hindi stress. Kundi ang matinding kagustuhang makita ulit si Helene.

"Okay na po, sir!" ani Helene matapos tanggapin ang deposit slip. "Processing na po 'yan. Pakihintay lang po."

Mabilis niyang pinindot ang keyboard sa harapan at inasikaso ang transaksyon. Samantalang si Henry? Nakatayo lang, nagmamasid.

Dati, hindi niya naisip na ganito pala kahirap ang trabaho ng isang teller. Paulit-ulit na ginagawa, puro numero, puro pera, puro papeles.

Pero kahit ganun, hindi nawawala ang ngiti ni Helene.

At sa palagay ni Henry, iyon ang pinaka-nakakaakit sa kanya.

"Sir, eto na po ang passbook n'yo."

Nagising siya sa pag-iisip. Halos magkalapit ang kamay nila nang iabot ni Helene ang passbook.

"Ah, oo. Salamat po."

"Salamat po"?! Bakit parang ang pormal ang sagot ko?!

Gusto niyang batukan ang sarili. Ang awkward niya yata! Pero bago pa siya makapagsalita ulit, biglang may sumingit sa pila sa tabi niya.

"Miss, pa-rush po ng deposit, urgent!"

Lumingon si Helene sa bagong dating na customer. "Sir, pasensya na po, pero kailangan pong pumila muna."

Sakto namang may ibang teller na tumawag. "Next, please!"

At doon niya narealize na wala na siyang dahilan para manatili. Tapos na ang transaksyon niya. Kailangan na niyang umalis. Pero gusto pa niyang magtagal. Gusto pa niyang kausapin si Helene.

Gusto niyang magtanong ng kahit ano—kung ilang taon na siya sa bangko, kung anong favorite food niya, kung may boyfriend ba siya—kahit ano, basta may dahilan para hindi pa siya lumabas ng bangko!

Pero wala siyang nagawa kundi dahan-dahang umatras. "Salamat ulit," sabi niya, sabay lakad paalis.

Paglabas niya ng bangko, may kakaibang pakiramdam siyang dala.

Dati, iniiwasan niya ang bangko. Pero ngayon, gusto na niyang bumalik. At hindi lang dahil sa pagdedeposito...

Kundi dahil sa isang napakagandang teller na nagngangalang Helene.

5
Biglang Sumipag si Henry?!

"Henry, anak... may sakit ka ba?" Napatigil si Henry sa pagsusuot ng sapatos niya at tumingin sa Mommy niyang gulat na gulat habang hawak ang isang sobre ng pera.

"Ha? Bakit niyo naman po natanong?" inosente niyang sagot.

Tiningnan siya ng Mommy niya mula ulo hanggang paa. "Kasi anak, unang beses yata kitang nakita na kusa at buong pusong nagboluntaryo para magdeposito ng pera sa bangko. Ano 'to — himala?"

Napakamot siya ng batok, pilit na pinapanatili ang cool niyang itsura. "Wala lang po, gusto ko lang... mag-try ng bagong bagay. Haha!"

Sinungaling.

* * * * * * * * * *

Hindi siya nagbo-volunteer dahil gusto niya ng "bagong bagay." Nagbo-volunteer siya dahil kay Helene.

Dahil sa napakagandang teller na parang bumago ng perception niya sa buhay.

"Dati, takot na takot akong pumasok sa bangko. Ngayon, excited na ako?!"

"Hmm... ewan ko sa'yo. Sige na nga, o, ingat ka!" sabi ng Mommy niya habang iniaabot ang sobre ng perang ipapadeposito.

"Yes, Ma! Ako nang bahala dito!" sabi niya, sabay labas ng bahay.

* * * * * * * * * *

Habang naglalakad, hindi niya mapigilan ang kilig. Ito na! Makikita ko na ulit si Helene! Pero may isang problema. Paano kung hindi siya ang teller ko?! Paano kung iba ang matawagan?

Napahinto siya. Kailangan niyang siguraduhin na si Helene ang teller niya. Nag-isip siya ng strategy. "Aha! Kung maaga akong pupunta, sigurado akong ako ang unang customer niya!"

Dali-dali siyang sumakay ng jeep, ni hindi na nag-headset, at agad na pumila sa bangko. Pagdating niya doon... may pila na.

"Haaiisst! Anong oras pa kaya nagsidatingan 'tong mga 'to?!"

Napakamot siya ng ulo habang nakapila. Habang unti-unting umuusad, inisa-isa niyang tingnan ang mga teller.

Tatlo silang nakaupo sa counter.

Ang isa, si **Manong Benjie**, mukhang seryoso at tahimik. Ang pangalawa, si **Miss Joy**, mukhang mataray at mabilis magsalita. At ang pangatlo, **si Helene—ang liwanag ng buhay niya.**

* * * * * * * * * * *

Pilit niyang tinitimbang kung paano niya maiiwasan sina Manong Benjie at Miss Joy. Kailangan si Helene ang tumawag sa kanya.

At sa hindi inaasahang swerte, noong siya na ang susunod sa pila...

"Next po!"

Si Helene ang tumawag.

Yes! Jackpot!

Dumiretso siya sa counter, kunwari ay kalmado, pero deep inside, parang may fireworks sa utak niya.

"Sir Henry, kayo po ulit?" Masayang bati ni Helene.

Nalaglag ang puso niya sa ngiti nito. Sir Henry? Aba, may tawag na siya sa'kin!

"Hehe... opo, ako na naman po. Ako na kasi ang in-charge sa bank deposits namin."

"Wow, talaga? Galing naman," sabi ni Helene habang kinukuha ang sobre mula sa kanya. "Eh dati, sabi mo first time mo lang magdeposit, di ba?"

"Ah... eh... kasi po..."

"Patay. Anong palusot ko?! Haaiisst! Wala na! Bahala na si Batman!"

"Ano po kasi... parang... nagustuhan ko 'yung process!" ngiting-ngiti niyang sagot, kahit sarili niya hindi kumbinsido.

Nagustuhan ang process?! Ano ako, accountant?!

* * * * * * * * * * *

Ngumiti lang si Helene at bumalik sa ginagawa. Si Henry naman, kahit pilit pinapakalma ang sarili, hindi mapigilang mapasulyap sa mukha nito.

"Grabe. Kahit anong anggulo, ang ganda niya talaga."

Sa sobrang pagninilay-nilay niya sa kagandahan ni Helene, hindi niya namalayang tapos na pala ang transaction.

"Sir Henry, eto na po ang bank book ninyo."

"Ah—opo, salamat po!"

Napansin niyang inabot din sa kanya ni Helene ang isang maliit na papel. May sulat!

"Ano 'to?!"

Biglang bumilis ang tibok ng puso niya. Hawak ang papel, dahan-dahan niya itong binuksan. At ang nakasulat...

"Next time po, huwag niyo pong kalimutang sulatan nang maayos ang deposit slip. Hehe! :)"

Napanganga siya.

"Akala ko love note na!"

Pero kahit ganun, hindi niya mapigilang mapangiti. Kasi ibig sabihin... napansin siya ni Helene. At sa susunod? Mas lalo pa siyang magsusumikap.

6
Diskarte Pa More

"Okay, Henry. Kalma. Planuhin mo 'to nang maayos." Nakaupo si Henry sa gilid ng bangko, hawak ang sobre ng pera. Hindi pa siya pumipila. Bakit? Dahil meron siyang mission.

Mission: Kailangan si Helene ang teller niya. Pero paano?

Kung sa swerte lang siya aasa, baka mapunta lang siya kay Manong Benjie o kay Miss Joy. Dapat sigurado.

"Ano kayang diskarte ang pwede?"

Tumingin siya sa paligid. May tatlong pila, at isang linya para sa mga senior citizen at PWD. Si Helene, pangatlo sa mga teller.

* * * * * * * * * *

Nagmasid siya. Gumamit ng critical thinking. At napansin niya... mas madalas mapunta kay Helene ang mga taong nasa kanan ng pila.

"Aha! Kung pipila ako sa kanan, may chance na siya ang tumawag sa'kin!"

Mabilis siyang lumipat ng posisyon, pasimpleng pumila sa kanan. Mukhang epektibo!

Pero sakto namang—

"Good morning, sir! Deposit po ba?"

Si Manong Benjie ang tumawag sa harap niya.

Patay!

Nakita niyang lumingon si Helene, nag-aabang ng susunod na customer.

"Sayang!"

Walang choice si Henry kundi magpanggap na may nakalimutan!

"Ah... eh... teka lang po, Manong, may kulang yata ako sa sulat... sige po, pauna muna kayo sa likod ko."

* * * * * * * * * *

Lumipat siya sa dulo ng pila, kunwaring busy sa pagsusulat sa deposit slip. Pero sa totoo lang? Naghihintay lang siyang si Helene ang tumawag!

At noong si Helene na ang available na teller...

"Next, please!"

Mabilis siyang lumapit, parang nanalo sa lotto.

"O, Sir Henry! Kayo na naman po?" masayang bati ni Helene.

Nalaglag ulit ang puso niya. Grabe, ang ganda talaga niya.

"Hehe, oo nga po, ako na naman."

"Bilib na po ako sa inyo, ha! Ang sipag niyong magdeposit ngayon," natatawang sabi ni Helene habang inaayos ang papeles.

Henry: *"Hindi mo lang alam, para sa'yo kaya ako nandito!"*

Pero siyempre, hindi niya pwedeng sabihin 'yun. Baka isipin ni Helene, stalker siya!

"Hehe... nagpa-practice lang ako," palusot niya. "At saka, mas okay na 'to kesa puro computer games lang ang inaasikaso ko."

"Aba, gamer po pala kayo?"

Nag-freeze si Henry. Did she just ask about his hobby?! Parang biglang nagkaroon ng sparkle sa paligid niya. Chance na 'to!

* * * * * * * * * *

"Opo! Ah... ano po, mga RPG at FPS games!" proud niyang sagot. "Kayo po, naglalaro din ba?"

Ngumiti si Helene. "Hmm... dati, pero puro casual games lang. Mga Candy Crush, ganyan."

"Okay, hindi hardcore gamer, pero at least interested siya!"

"Galing! Next time, tuturuan ko po kayo ng ibang games!"

Napahagikhik si Helene. "Baka po ma-addict ako niyan, sir!"

Henry: *"Sana nga!"*

Habang nag-uusap sila, napansin ni Henry na may isang lalaking nakapila, nakatingin kay Helene. Gwapo, matangkad, mukhang mayaman. At masama ang kutob niya dito. Sakto namang naglalakad ito papunta sa counter.

"Hi, Miss Helene," malakas at kumpiyansang bati ng lalaki. "Buti ikaw ang teller ko ngayon."

Ano 'to?! Nagpaparamdam?!

Napakunot-noo si Henry. Sino 'tong mokong na 'to?!

Halatang sanay na si Helene sa customer dahil nakangiti pa rin siya. "Good morning po, sir! Anong transaction po nila?"

"Deposit," sagot ng lalaki, pero hindi si Helene ang tinitingnan.

Kundi si Henry.

Parang sinasabi ng tingin niya: "Wala kang laban, tol."

Haaiisst! Anong gagawin ko?!

Pinagpawisan si Henry kahit malamig ang aircon.

"Hindi ako pwedeng umatras. Kailangan kong ipakita na ako ang regular customer dito! Kailangan kong ipakita na... ako si Sir Henry!"

Huminga siya nang malalim at ngumiti kay Helene.

"Miss Helene, maraming salamat po ulit, ha?" sabi niya.

"Sure po! Ingat po kayo!" sagot naman ng dalaga.

At bago siya umalis, pasimple siyang lumingon kay Mister Gwapo.

At ngumiti rin.

Parang sinasabi: "Sakin unang bumati si Helene, boss."

7
Ang Kalaban: Lunch Break!

Kaninang umaga, walang mintis si Henry, mabilis at maayos na pumunta na naman sa bangko para gawin ang **paborito niyang gawain:** magdeposito ng pera kay Helene. Pero may isang problema na hindi niya inaasahan.

Si Helene... nag **lunch break**.

"Nooo! Huwag naman po, Helene, please!"

Pagdating ni Henry sa bangko, nag-uunahan ang mga customers papasok. Habang papalapit siya sa counter, nakita niyang si **Helene** ay umalis sa pwesto at parang may tinutulungan ang isang kasamahan.

"Uhm, Miss Helene?" Tanong ni Henry, pilit na ipinagpapalipas ang kaba.

"Hmm... lunch break po ako," sabi ni Helene, habang tinuturo ang mga papeles na iniiwan niyang naka-organize sa tabi ng counter. "After lunch na po ako babalik."

"Haaiisst!" umalpas ang malalim na hininga ni Henry. Napilitan siyang umupo muna sa silya upang planuhin ang gagawin. Pero matagal na siyang nakaupo ay wala pa rin siyang maisip.

* * * * * * * * * * *

Napansin niyang si **Manong Benjie** na naman ang nasa counter. Wala siyang choice kundi pumila. Pero sa tuwing pumipila siya at wala si Helene, parang may kumakalabit sa puso niya.

"Haaiisst! Ba't naman ganito?"

Ngunit bago siya magreklamo, **tinutukso siya ng sarili niyang konsensya.**

"Baka nga para sa'yo 'to. Baka sa lunch break na ito, may chance kang maghanap ng ibang paraan. Hindi palaging si Helene ang mag-aasikaso sa'yo."

"Uhm, sir?" tanong ng teller na si Miss Joy, sabay tingin kay Henry.

"Huh? Ah... oo... magdeposito po ako," sabi ni Henry, na parang naninibago.

Habang sinusulat ang deposit slip, hindi niya mapigilang mag-worry. *"Anong gagawin ko kung hindi na siya bumalik?"*

Pero biglang, isang magandang himala.

Si **Helene**! Agad siyang bumalik mula sa lunch break at nakangiti sa lahat ng customers.

* * * * * * * * * *

Napansin niya si Henry na parang nanalo siya sa jackpot.

"Okay na po ba kayo, sir?" tanong ni Helene habang bumalik sa kanyang pwesto.

Nagmadali siyang lumapit. "Ah... opo, ako po ulit!"

Ngumiti si Helene at pinansin si Henry. "Iyon po ba 'yung pang-latest deposit niyo?"

"Opo," sagot ni Henry, pero ang totoo... hindi lang iyon ang dahilan kung bakit siya nandito.

Lumingon siya sa paligid at **na-realize na si Miss Joy at Manong Benjie ay nakatingin sa kanya.**

"Uhm, Miss Helene, gusto ko sanang magtanong," nagpasimula si Henry, nanginginig. "Pwede po bang... um... kung okay lang, next time, na mag deposito ako, ako na rin ang mag-aasikaso nito, ha?"

Tumawa si Helene ng konti, parang nahulog na naman ang puso ni Henry. "Eh, ang sipag-sipag naman po niyo, Sir Henry!"

"Aiiieee! Parang nagiging stalker na yata ako!"

"Pero, seryoso po, gusto ko talaga mag-assist ng mga deposito!" dagdag ni Henry, kahit aminin niya na nagmumukhang sabaw.

"Okay lang po. Dati rin akong nahirapan magdeposito," sagot ni Helene habang tinitingnan ang papel. "Hindi naman po kailangan ng ka-specialan 'yan."

Si Henry, nawawala na sa mundo. Ang tanging nasa isip niya lang ay si Helene at ang mga maliliit na bagay na ginagawa niya para magmukhang normal sa harap nito.

* * * * * * * * * *

Habang tinutulungan siya, hindi na niya alintana ang mga nanonood sa paligid. Parang nagkakaroon siya ng "magical" moment kay Helene. "Alam mo ba, Miss Helene, kayo po talaga ang pinakamatyagang teller na nakilala ko sa buong mundo!"

Bumilog ang mata ni Helene at tumawa ng konti. "Ay, wow ha! Nakakataba naman ng puso ang sinabi ninyo!"

Nadagdagan na naman ang kilig ni Henry. Para bang nagkakaroon siya ng mga pagkakataon na maging mas malapit kay Helene. Bawat tawa nito, bawat ngiti, ay parang isang regalo.

"Salamat po," sambit ni Henry na medyo nahulog ang boses.

"Sige po, Sir Henry, ingat po," sabay ngiti ni Helene.

Pagkatapos ng transaksyon, naiwan si Henry sa labas ng bangko, parang may sariling soundtrack na tumutugtog sa isip niya.

"Wala nang tatalo, 'to. Si Helene lang."

Pero bago pa siya makalayo, nakita niya ulit ang gwapong customer na lumalapit kay Helene.

Si Mister Gwapo—ang karibal.

"Hmm..." huminga si Henry ng malalim. "Paano kaya akong makakasigurado na hindi nya ako matatalo?"

Hindi maiiwasang makaramdam siya ng init sa dibdib.

"Hindi pa tapos ang laban na 'to, Henry!"

"Para kay Helene, kailangan ko maging mas matapang."

8

Ibang Klaseng Deposito!

Isang buong linggo na walang ginawa si Henry kundi maghintay ng pagkakataon na makita ulit si Helene. Puno siya ng excitement at kaba tuwing papasok siya sa bangko, hawak ang isang sobre ng perang ipinadala ng kanyang Mommy. Pero ngayon, may isang bagay na kakaibang nangyayari sa kanyang isipan.

"Haaiisst, pagkatapos kong magdeposito, baka sakaling makausap ko si Helene. Pero paano kaya ako maging natural? Ayoko namang magmukhang stalker..."

Habang papasok siya, napansin niya na may mga bagong teller. May bago, medyo bata pa at medyo may itsura. Si Helene, as usual, wala pa.

Pero hindi siya magpapatalo. *"Tuloy pa rin!"*

* * * * * * * * * * *

Naghanap siya ng pwesto, at kahit na may dalawang teller na available, —ang gusto niya ay si Helene.

Sa wakas, nakita niya si Helene na nagsisimula ng mag-aasikaso ng customer.

"Aiiieee! Si Helene!"

Mabilis siyang sumunod sa isang maliit na linya, nanginginig sa excitement. Pero habang nakatayo siya doon, may isang lalaki ang dumating na hindi niya pwedeng i-ignore.

Si Mister Gwapo, ulit!

"Haaiisst! Bakit laging siya ang unang natatawag?" pansin ni Henry habang nag-iisip ng mga paraan kung paano makakapadiskarte kay Helene. Si Mister Gwapo kasi ay parang laging parang may pagkakataon. Kailangan niyang gawin ang hindi kayang gawin ng ibang tao—maging bold.

"Oo nga, Henry, parang 'di yata pwede na palaging maghintay ka lang ng chance. Kailangan mong ipakita ang diskarte mo!"

Buti na lang at walang ibang nakakapansin sa reaction niya, kasabay ng pagsabi sa sarili, *"Hindi pwede, I'm taking this shot!"*

* * * * * * * * * * *

Pagpasok ni Henry, naswertehan niya na si Helene ang mag-aasikaso sa kanya. Swerte!

"Bibigyan ko na po kayo ng form para sa deposito."

Tumingin si Henry at hindi mapigilang ngumiti. "Salamat po! Hehe, maaga ako ngayon."

Ngumiti si Helene. "Sige po, walang problema! Take your time."

Habang isinusulat ni Henry ang pangalan at mga detalye, hindi niya napansin may nagawa na naman siyang pagkakamali. Nagkakamali siya sa amount na isinulat, kaya mabilis niyang tinanong si Helene.

"Ah, Miss Helene, may I ask lang po?"

"Yes, Sir Henry? Anong problem?"

"Uhm... kasi po, parang may konting error yata sa amount ko."

Nagkatinginan sila. Dahil sa kanyang pananabik, hindi niya namalayang may konting awkward moment. Pero si Helene, tulad ng lagi, ay kalmado at maasikaso.

"No worries po, Sir Henry. It's fine!" sabi ni Helene habang inayos ang deposit slip. "Okay lang 'yan. I double-check ko lang."

* * * * * * * * * * *

Pinagmamasdan ni Henry ang bawat galaw ni Helene habang nagtatrabaho. Hindi niya napigilan ang sarili niyang humanga.

"Aiiieee! Ang ganda talaga ni Helene!"

At biglang... nagkaroon siya ng moment.

"Sir Henry," sabi ni Helene habang inaayos ang mga dokumento. "Feeling happy po ako kasi nagiging mas confident na kayo ngayon mag-deposito."

Gusto niyang tumalon sa tuwa.

"A-Ako po? Haha, eh nasasanay lang naman..."

Hindi talaga makapaniwala si Henry sa narinig niya. Parang nagpapakita na ng special na pansin sa kanya si Helene.

Nagulat siya dahil akala niya, hindi siya binibigyan pansin ni Helene sa mga ganitong bagay. Pero at that moment, parang merong connection na hindi niya alam kung paano i-explain.

Nagtanong siya, "Papasok ka ba bukas?"

Hindi siya makapaniwala sa sariling tanong. Sana hindi siya magmukhang desperate!

Ngumiti si Helene at tumingin kay Henry. "Opo, actually I'll be here again. Kasi wala naman po akong ibang lakad."

Kilig na kilig siya!

"Wala nang tatalo sa kilig na 'to, Henry! May chance pa ako!"

"Ah, cool po. Eh... siguro, ako na lang ang mag-deposit uli, para mabilis." Nag-aalangan siya.

Bago pa siya makapag-sorry sa pagiging awkward, ngumiti si Helene at sinabing, "Huwag po kayong mag-alala. Ako po ang bahala."

* * * * * * * * * *

Habang tinatanggap niya ang passbook, napansin ni Henry na may nakatago sa ilalim ng papel. Isang maliit na mensahe.

Binuksan niya ito nang mabilis at...

"Thanks for coming again. Hope to see you soon!"

"Aiiieee! May secret message!"

Si Henry, hindi na makapaghintay na makabalik ulit bukas. Ngunit sa kabila ng kilig at saya, muling dumaan sa harap niya si Mister Gwapo.

"Siya na naman..."

Tumingin siya kay Helene, at nagdesisyon. Kailangan niyang ipakita na siya lang ang may special na lugar sa puso ni Helene.

9

Nasaan Na Si Helene?

Tulala si Henry habang nakatayo sa labas ng bangko, pinagmamasdan ang malaking salamin sa harapan. *"Okay, Henry, chill ka lang. Ngayon lang ulit tayo magkikita ni Helene,"* bulong niya sa sarili habang inaayos ang kwelyo ng kanyang t-shirt. Kahit wala namang pormal na dress code para sa mga depositor, sinigurado niyang mukhang disente siya—hindi tulad ng dati na parang bagong gising lang.

May dala siyang sobre na may lamang pera—ang itinakdang rason kung bakit siya narito, pero alam naman niyang hindi pera ang dahilan ng kanyang excitement.

"Aiiieee! Siguradong andun siya!"

* * * * * * * * * *

Huminga siya ng malalim, pumasok sa bangko, at... biglang bumagal ang kilos niya. Parang may kakaiba.

Wala ang usual na bungisngis ng mga teller. Wala ang nakakatuwang ingay ng mga naglalakad na customers. Wala ang liwanag ni Helene.

Biglang bumigat ang pakiramdam niya. *"Haaiisst! Baka late lang siya,"* pang-aalo niya sa sarili. Dahan-dahan siyang lumapit sa counter, pero sa halip na si Helene ang bumulaga sa kanya, si Miss Joy ang bumati.

"Hi, Sir Henry! Si Helene hindi pa ba dumaan?" tanong ni Miss Joy, na may malisyosong tingin.

Kumunot ang noo ni Henry. "Haaiisst! Di ko pa nga siya nakikita eh," sagot niya, parang naninibago. Bakit parang may something sa tono ni Miss Joy?

* * * * * * * * * *

Naglakad siya nang marahan palapit sa counter, inisa-isa ang mga upuan ng mga teller. Wala si Helene. Wala ang kanyang paboritong teller. Paanong wala siya rito?

"Aiiieee! Ano nangyari kay Helene?"

Umupo siya sa waiting area, hindi mapakali. Imposibleng absent siya ng ganito katagal! Baka naman may sakit lang? Pero bakit wala siyang paalam? Dapat ba akong magtanong? O baka masyado akong obvious?

Ginalaw-galaw niya ang kanyang mga daliri, kinagat ang labi. Ano bang dapat kong gawin?

Sa wakas, hindi na siya nakatiis. Bumalik siya sa counter kung saan si Miss Joy ay abala sa pag-aayos ng mga papeles.

"Ehem..." kunwaring may ubo si Henry, pero halatang nagpapansin.

Napatingin si Miss Joy. "Sir Henry? May problema po ba kayo?"

Nagkunwaring kalmado si Henry. "Ah eh, wala naman, wala naman. Hehehe..." Pinakagat niya ang labi. "Pero... alam mo ba kung nasaan si Helene?"

Nakangisi si Miss Joy. Naghihintay. Alam niyang kanina pa hindi mapakali si Henry.

"Eh kasi..." sinimulan ni Miss Joy, pero sinadyang patagalin.

"Haaiisst! Ano na? Sabihin mo na!"

Nagkibit-balikat si Miss Joy. "Wala na siya rito."

* * * * * * * * * *

Napatigil ang mundo ni Henry. Para siyang sinuntok sa tiyan, pero hindi masakit sa katawan—masakit sa puso.

"W-Wala na?" Nag-aalangan niyang tanong.

"Oo," seryoso na ang tono ni Miss Joy. "Hindi na siya babalik."

Parang may gumuhong building sa utak ni Henry. Ano ibig sabihin ng hindi na babalik?

Biglang sumingit si Manong Benjie, isa pang teller, na palaging may baong tsismis. "Oo, Sir Henry. Contractual lang siya. Emergency lang kaya siya tinanggap dito. Hindi naman talaga siya pangmatagalan dito sa bangko."

Napanganga si Henry. Contractual? Temporary lang?

Para siyang sinampal ng katotohanan. Habang siya, araw-araw na nag-iisip ng paraan para makita si Helene, hindi niya alam na may expiration date pala ang termino nito sa bangko.

* * * * * * * * * *

"Haaiisst! Bakit wala namang nagsabi?!"

Ngumiti si Miss Joy, "Eh kasi naman, hindi mo naman tinanong! Tsaka obvious naman na gusto mong makita si Helene, eh. Ano 'to, love at first deposit?"

Ang lakas ng tawa ng mga teller. Pero si Henry? Wasak na wasak.

"Eh... wala na bang chance na bumalik siya?" tanong niya, kahit na pakiramdam niya ay nahuhulog siya sa isang hukay.

Umiling si Miss Joy. "Wala eh. Nagpaalam na siya sa amin. Wala naman siyang nabanggit kung saan siya pupunta."

Henry slumped against the counter. So, ganun lang? Isang iglap, tapos na?

Pumikit siya sandali, ninanamnam ang sakit. Para siyang iniwan sa ere. Ni hindi niya nagawang magpaalam ng maayos.

Walang Helene. Walang kahit anong palatandaan kung paano siya matatagpuan.

Para siyang nagdeposito ng damdamin, pero walang resibo na nagsasabing may babalik sa kanya.

"Ano na gagawin ko?!"

10

Si Helene, Wala Na Talaga?

Tatlong araw na ang nakalipas mula nang malaman ni Henry ang malungkot na balita. Pero kahit anong pilit niyang kumbinsihin ang sarili na tanggapin na ang nangyari, heto pa rin siya ngayon...

Nasa bangko.

Sa parehong oras. Sa parehong silyang inuupuan niya sa waiting area. Sa parehong direksyong nakatingin—doon sa walang lamang upuan kung saan dati nakaupo si Helene.

"Haaiisst! Henry, anong ginagawa mo rito?!" bulong niya sa sarili, pero parang hindi naman niya kaya talagang sagutin ang tanong na 'yon.

Hindi niya nga sigurado kung para saan talaga siya rito ngayon. Para mag-deposito? Para lang umupo at magbakasakaling isang araw, bigla na lang babalik si Helene?

Napakamot siya sa ulo. Ano bang ginagawa niya sa buhay niya?!

* * * * * * * * * * *

"Hoy, Henry!" sigaw ng pamilyar na boses mula sa likod.

Napatingin siya at agad na napangiwi. Si Jay at si Allan—ang kanyang matatalik *(at pinaka-bwisit sa pang-aasar)* na mga kaibigan.

"Bakit andito na naman 'to?!" bulong ni Jay kay Allan, pero sapat para marinig ni Henry.

Unfortunately, nung panahon na feeling on cloud nine si Henry, naikwento niya dito sa dalawang mokong ang sobrang pagkahumaling niya kay Helene. At ngayon nga ay ginagawang butt of the joke ito ng dalawa sa kanya.

"Baka naman hindi na para mag-deposito 'yan," sagot ni Allan, nakangisi.

"Oo nga! Henry, amininnn... naghihintay ka kay Helene, 'no?"

Muntik nang mapalunok si Henry. “H-Hoy! Hindi ah! Anong pinagsasabi niyo diyan?!” Nagkunwaring cool siya, kahit na pakiramdam niya ay namumula ang kanyang mukha.

“Naks naman! O siya, sige. Naniniwala na kami,” sabi ni Jay, pero nakangisi pa rin.

* * * * * * * * * *

Pinilit niyang iwasan ang usapan. Tumayo siya at lumapit sa counter kung saan naroon si Miss Joy, busy sa pag-aasikaso ng mga papeles.

Napansin nito ang kanyang pagdating. “Sir Henry, ikaw na naman?”

Bakit parang hindi na lang siya kilala bilang “Henry” kundi “Henry-na-laging-naghahanap-kay-Helene”?

“Ano, magdedeposito ka ba o gusto mo na lang mag-apply bilang teller?” tukso ni Miss Joy.

Nag-init ang mukha niya. “Haaiisst! Magdedeposito ako, syempre!”

Natatawa itong tinanggap ang sobre niya. “Sige, sige. Pero aminin mo na, naghihintay ka pa rin sa kanya, ‘no?”

Tila kinurot ang puso ni Henry. Hindi siya sumagot agad. Gusto niyang magpaka-barako at sabihing ‘Hindi! Hindi na! Move on na ako!’

Pero wala... wala siyang masabi. At ‘yun mismo ang problema. Hindi siya makausad.

Napabuntong-hininga siya, nagdesisyong lumabas saglit para huminga ng sariwa. Paglabas niya, bigla siyang may nakabangga.

“Aray! Ay, sorry po!”

Isang babae ang halos matapilok sa harapan niya. Isang pamilyar na mukha...

* * * * * * * * * *

Isa sa mga dating kasamahan ni Helene sa bangko!

“Aba, kayo pala, Sir Henry!” sabi nito, parang naalala siya agad.

“A-Ah, oo, kamusta?” tanong ni Henry, agad na nabuhayan. Ito na ang pagkakataon niya!

“Okay naman! Pero teka... parang hindi ka pa rin naka-move on kay Helene, ah?”

Huli.

“Haaiisst! Hindi naman sa ganun!” tanggi ni Henry, pero kitang-kita sa mukha niya ang lungkot. “Pero... totoo bang wala na siya rito? Hindi na talaga siya babalik?”

Umiling ang babae. “Wala na nga. Last week pa. Sayang, mabait ‘yon.”

Napakagat-labi si Henry.

“Saan siya ngayon? May contact ka sa kanya?”

* * * * * * * * * * *

Nag-isip sandali ang babae bago muling umiling. “Wala akong contact sa kanya, eh. Pero ang alam ko, may binabanggit siyang bagong trabaho na ina-apply-an. Hindi ko lang alam kung natanggap siya.”

Napahinto si Henry. May bagong trabaho? Ibig sabihin... malamang hindi na siya babalik? Parang piniga ang puso niya.

Nagpaalam na ang babae, iniwan siyang nakatayo sa gilid ng bangko, nakatingin sa malayo. Ano na gagawin niya?

Hindi niya akalaing magiging ganito kahirap ang pagkawala ni Helene. Dati, wala siyang pake sa mga nangyayari sa paligid niya. Basta may kompyuter siya, masaya na siya. Pero ngayon? Parang may kulang.

At ang kulang... si Helene.

Wala na siyang ibang pagpipilian kundi harapin ang totoo. May gusto siya kay Helene. At hindi niya ito matanggap na basta na lang mawawala.

11

Miss Na Miss Na Kita, Helene!"

Ilang araw na ang lumipas. Isang linggo na, kung tutuusin. Pero para kay Henry, parang isang buwan. O isang taon. O isang buong dekada ng paghihirap.

Dahil isang linggo na siyang pumapasok sa bangko na walang Helene. At isang linggo na rin siyang mukhang gutom na kalabaw na walang direksyon sa buhay.

Nagpapanggap siyang okay—kunwari, normal lang. Pero sa totoo lang, pakiramdam niya ay parang may puwang sa kaluluwa niya. Isang malaking, Helene-shaped hole.

"Haaiisst!" Pinatong ni Henry ang noo sa mesa ng kanyang kwarto. Ano bang nangyayari sa kanya?! Dati, wala siyang pake. Buhay-tambay, buhay-hari. Pero ngayon? Bakit ganito?!

Napansin na rin ng mga magulang niya.

"Anak, okay ka lang ba?" tanong ng Mommy niya isang umaga habang nag-aalmusal.

"Parang ang lungkot mo nitong mga araw na 'to," dugtong naman ng Daddy niya, pinapasa ang tinapay.

"Ang lungkot ko nga ba?"

Napalingon si Henry sa tasang may kape sa harapan niya. Noon, okay lang siya kahit matabang ang kape. Pero ngayon, kahit anong daming asukal ang ilagay niya, hindi pa rin matamis. Bakit kaya?

Pinilit niyang ngumiti. "Ah, wala lang po 'to. Medyo stress lang sa... sa buhay."

Napakunot-noo ang Mommy niya. "Buhay?"

"Wow, ngayon ka lang na-stress sa buhay?" sabat naman ng Daddy niya.

Napakamot na lang si Henry ng ulo.

Dahil paano naman niya sasabihing 'Miss na miss ko na si Helene!' sa harap ng mga magulang niya?!

* * * * * * * * * * *

Nagpasya siyang pumunta muli sa bangko. Sa huling pagkakataon, pangako niya sa sarili. Hindi na siya umaasa. Hindi na siya nagbabakasakali. Pumunta lang siya rito para sa tunay na dahilan—para mag-deposito.

Hindi para kay Helene.

* * * * * * * * * * *

Okay, siguro konti lang. Dahan-dahan siyang pumasok at umupo saglit sa waiting area. Sinusubukan niyang magpaka-normal, pero parang may camera sa utak niya na nag-slow-motion sa paligid. Ang mga tao, busy sa pila. Ang mga teller, mabilis na tinatype ang mga detalye sa computer. At sa lahat ng eksenang ito...

Wala si Helene.

Sinubukan niyang pigilan ang biglaang lungkot na bumalot sa kanya.

"Sir Henry?"

Napapitlag siya. Paglingon niya, isang pamilyar na mukha ang nasa harapan niya.

Si Karen. Ang matalik na kaibigan ni Helene sa bangko at confidante. Syempre naman, sa tagal ng extended stay ni Henry sa bangko, medyo naging pamilyar na rin siya sa karamihang empleyado doon. Of course, gusto din ni Henry na ma-impress sila sa kanya, para na rin may additional brownie points siya kay Helene.

* * * * * * * * * * *

"Uy, Karen!" Napakamot si Henry, parang nahuling may ginagawang masama. "Eh, kamusta?"

"Ikaw, kamusta?" tanong ni Karen, pero may makahulugang ngiti.

"Ako? Ah... eto, buhay pa naman," sagot niya, pilit na tumatawa.

Nilingon ni Karen ang paligid, parang may gustong sabihin. "Ano... may balita ka na ba?"

Napakunot-noo si Henry. "Balita? Anong balita?"

Tumingin sa kanya si Karen na parang hindi makapaniwala.

"Si Helene. Hindi na po siya babalik dito."

Pak.

Parang may dumagok sa puso ni Henry. Alam na niya 'yon, pero iba pa rin pala pag inuulit-ulit.

"Ganun ba..." sagot niya, pilit ang ngiti.

****

Napansin ni Karen ang reaksyon niya at napailing. "Pero Sir Henry, alam mo ba? Noong umalis si Helene, ikaw yung laging pinag-uusapan namin tuwing lunch break."

"Aiiieee! Siya ba?! Ako?!"

Parang lumindol sa utak niya.

"H-Hoy, anong ibig mong sabihin?!" Napasandal si Henry sa upuan, biglang napawis ang noo.

"Totoo! Sabi niya, ikaw raw 'yung pinaka-bibo na customer," sagot ni Karen, tumatawa. "Laging may kwento. Palaging may punchline. Kahit na nag-aalala ka minsan sa pagde-deposito mo, natutuwa siyang tulungan ka."

****

Nanlaki ang mata ni Henry. Si Helene... natutuwa sa kanya? Si Helene... pinag-uusapan siya? Parang may malakas na boses sa utak niya na nagsisigaw ng–

"HENRY, ANONG GINAGAWA MO DITO?!"

"TUMAYO KA NA AT HANAPIN MO SIYA!!!"

Pero isa pang boses ang sumingit–

"Teka... paano ko siya hahanapin?"

****

Biglang napansin ni Henry si Karen na pinagmamasdan siya na parang nababasa ang iniisip niya.

"Sir Henry," sabi ni Karen, tumitig sa kanya. "Kung gusto mong makita ulit si Helene... baka may paraan."

Napakapit siya sa upuan.

"Anong paraan?"

Ngumiti si Karen.

"Alam ko kung nasaan ang bagong trabaho niya."

BOOM.

* * * * * * * * * * *

Parang pumutok ang isang fireworks sa utak ni Henry. Ang puso niya, parang tumakbo ng 500 kilometers per hour.

"A-Ano?! Saan?!"

Ngumiti si Karen, tumawa. "Ano, gusto mo ba talagang malaman?"

Hindi na napigilan ni Henry—tumayo siya, parang sinapian ng kung sinong superhero.

"Oo! Karen, please! Kahit anong kapalit! Miss na miss ko na siya!!!"

At doon...

Magsisimula ang bagong misyon ni Henry.

12

Ang Misyon: Hanapin si Helene

"Haaiisst! Hindi ko na kaya 'to!" Nakadipang humiga si Henry sa kama, pabagsak, nakatitig sa kisame na parang may lumulutang na hugis-puso doon. Isang linggo na! Isang linggo na siyang walang balita kay Helene!

At kung dati, masaya siya sa buhay niyang tambay na walang iniisip kundi kung anong oras kakain o maglalaro ng computer games, ngayon...

Para siyang nasusunog sa sariling frustrations!

"Kailangan kong makita siya. Kailangan ko siyang makausap!"

Napabangon siya bigla, puno ng determinasyon. Mission: Hanapin si Helene!

* * * * * * * * * *

Phase 1: Pagtatanong sa Bangko

Step 1: Kunyari, magde-deposito.

Step 2: Magtanong nang casual tungkol kay Helene.

Step 3: Makuha ang impormasyon.

"Solid 'to," bulong ni Henry sa sarili habang nakapila sa bangko. Pero nang siya na ang nasa harapan, bigla siyang kinabahan.

"Okay, Henry. Act natural."

Tumingin siya kay Miss Joy, ang palangiting teller.

"Uy, Sir Henry, buti andito ka na naman!" bati nito.

Okay, oras na para itanong si Helene.

Pero imbes na diretsahang magtanong...

"May chance ba na magtulungan tayo mag-deposit?"

Teka, anong sinabi niya?!

Napakurap si Miss Joy. "Ha?"

Nagpanic si Henry. "A-ang ibig kong sabihin, eh... paano kaya kung... paano kaya kung may gusto akong hanapin? Paano ba 'yun ginagawa?"

Nagtaas ng kilay si Miss Joy. "Ano 'to, missing person's inquiry? Bangko 'to, Sir Henry, hindi NBI!"

Narinig ng ibang tellers ang usapan at nagtawanan.

"Haaiisst! Epic fail!"

Lumabas siya ng bangko na namumula ang mukha. Pero hindi pa siya susuko!

****

Phase 2: Operation "Saan si Helene?"

Kung wala sa bangko ang sagot, baka nasa ibang lugar!

Naglista siya ng mga posibleng lugar kung saan puwedeng pumunta si Helene:

- **Malls** - Mahilig kaya siya mag-shopping?
- **Cafés** - Coffee lover kaya siya?
- **Parks** - Mahilig kaya siya sa nature?
- **Internet** - Baka may social media siya?!

At dito nagsimula ang isa sa pinaka-weird na adventure ni Henry.

Sa mall, sinubukan niyang magtanong sa mga saleslady:

"Ah, Miss... may nakita na ba kayong customer na ang ganda-ganda, tapos matangkad, tapos parang—"

"Sir, madami pong magaganda rito."

"...Ah. Oo nga."

Sa café, umorder siya ng tatlong magkakaibang kape para lang magtagal at magmasid. Pero nang hindi niya kinaya ang tapang ng espresso, nagka-mild caffeine overdose siya at nagsimulang mag-mumble ng nonsense.

"Helene... kape... mahalaga ka sa buhay ko..."

Nagtinginan sa kanya ang ibang customers. Muntik na siyang palayasin!

Sa park, umupo siya sa bench at nagmasid, pero ang ending, napagkamalan siyang stalker ng isang grupo ng jogging titas.

"Hoy, binata, bakit ka nakatitig?!"

"Ah, wala po! W-wala po akong masamang balak! H-haaiisst!"

Nagkandarapa siyang tumakbo paalis.

* * * * * * * * * * *

Phase 3: Ang Huling Pag-asa—Social Media

"Okay, Henry. Kung may paraan para makita siya, 'eto na 'yun."

Binuksan niya ang kanyang Facebook at nagsimulang mag-stalk. Nag-scroll siya sa mga suggested friends. Baka may lumabas na "Helene" dun!

Wala.

Naghanap siya sa mga posts ng bangko. Baka nagpaalam si Helene sa work?

Wala.

"Bakit parang ang hirap hanapin ni Helene?! Parang bigla siyang nawala sa mundo!"

Napahiga siya sa kama, hawak ang cellphone, frustrated na frustrated. Ang dami na niyang ginawa! Pero wala pa rin siyang nahanap!

"Ano ba 'to?! Parang script lang ng pelikula, yung tipong mahahanap mo lang ang taong mahal mo kapag di mo na siya hinahanap!"

Pinikit niya ang mga mata, parang gusto na lang matulog at kalimutan ang lahat. Pero bago siya tuluyang makatulog...

May biglang pumasok na message sa messenger niya.

* * * * * * * * * * *

Mula kay Karen:

"Henry, gusto mo talagang malaman kung nasaan si Helene?"

Napabangon siya bigla. NAGSIMULA NA ANG TUNAY NA MISYON!

13

Mission: Epic Fail!"

Mabilis ang takbo ni Henry palabas ng tricycle, halos mapatid pa sa sarili niyang paa sa sobrang pagmamadali. Hawak niya ang kapiranggot na papel kung saan nakasulat ang address na ibinigay ni Karen.

"Haaiisst! Ito na 'yun! Handa ka na ba, Henry? Makikita mo na ulit si Helene! Dapat cool ka lang, dapat pogi ka lang..."

Sa isip niya, para itong eksena sa pelikula—yung tipong pagdating niya, mabagal na babagsak ang mga confetti mula sa langit, may background music na sweet, tapos biglang lalabas si Helene sa pinto, ngumingiti at tumatakbo papunta sa kanya.

* * * * * * * * * * *

Pero pagdating niya sa mismong lugar...

Walang Helene. Walang confetti. Walang kahit ano.

Naglakad siya papasok sa gusali—isang maliit na opisina na may ilang empleyado, mukhang isang travel agency. *"Siguro nandito siya sa loob!"* Bulong niya sa sarili habang mabilis na nililibot ang mata sa paligid.

Lumapit siya sa receptionist, isang matandang babae na mukhang busy sa pagsagot ng crossword puzzle.

"Ano 'yun, hijo?" tanong nito, hindi man lang siya nilingon.

"Ah, hinahanap ko lang po si Helene. May nagturo po kasi sa akin na dito siya nagtatrabaho ngayon."

Napatigil ang matanda at tinaas ang salamin niya sa ilong, parang ina-analyze kung seryoso ba si Henry o isa lang siyang lost tourist.

"Helene?" Napaisip ito saglit. "Wala namang Helene na nagtatrabaho rito. Simula pa noong nagbukas kami, wala pa akong empleyadong ganyang pangalan."

* * * * * * * * * * *

Parang binuhusan ng malamig na tubig si Henry.

“Ha? Sigurado po kayo?!” halos sumigaw na siya sa pagkabigla.

“Oo, hijo. Kung meron man, edi sana alam ko. Isa lang naman ang Helene na kilala ko—yung artista sa teleserye.”

“Aiiieee! Paano nangyari ‘to?!”

Bigla niyang naramdaman ang malamig na pawis sa noo. Mali ang impormasyon na binigay ni Karen. Or siguro, pinag-tripan lang siya nito.

* * * * * * * * * *

“Scam ba ‘to?! May witness protection program ba si Helene?!”

Lumabas siya ng travel agency na parang lutang. Anong nangyari?! Sa sobrang sama ng loob, napaupo siya sa sidewalk, hawak ang papel na ibinigay ni Karen.

“Wait lang, wait lang. Hindi ito puwedeng matapos ng ganito!”

Bigla siyang nagkaroon ng matinding realization. Baka naman nasa witness protection program si Helene?! Baka may malaking sikreto siya kaya bigla siyang nawala?! Baka may humahabol sa kanya?!

Teka...

O baka naman... sinadya talaga niyang maglaho?!

“Nooooo! Hindi maaari!”

* * * * * * * * * *

Pinilit niyang bumalik sa travel agency para magtanong sa ibang empleyado, pero lalong gumulo ang sitwasyon. Sa sobrang desperasyon niya, ang awkward na ng mga tanong niya.

“Miss, may dumaan bang magandang babae rito na matamis ngumiti?”

“Wala po kaming beauty contest dito, sir.”

“Eh may nagtanong ba rito kung paano mag-book ng ticket paalis ng bansa? Baka kasi may planong lumayo?”

“Sir, travel agency po ito. Lahat ng pumapasok dito, nagtatanong ng ganyan.”

"Haaiisst! Ang hirap nito!"

Nang maramdaman niyang tila pinagkakamalan na siyang scammer o stalker, napilitan siyang umalis.

* * * * * * * * * * *

"Karen! Anong klaseng informant ka?!"

Kahit ramdam niyang sinayang lang niya ang buong araw niya, hindi pa rin siya makapaniwala. Napagtripan lang ba siya ni Karen? O talagang mali lang ang impormasyon niya?

Dali-dali niyang tinawagan ito, at sa unang ring pa lang, sinagot na ni Karen.

"Uy, Sir Henry! Kamusta? Nagkita na kayo ni Helene?" excited na tanong nito.

"Ay, oo! Nagyakapan pa nga kami sa harap ng travel agency! Tumakbo siya papunta sa akin na parang sa pelikula!" sarkastikong sagot niya.

"Waaaah! Totoo ba?!"

"HINDI! Wala siya roon! Wala siyang record na nagtatrabaho doon! Haaiisst, Karen! Anong klaseng informant ka?!"

"Ha? Talaga? Eh 'yun ang sabi sa akin ng dating kakilala niya sa bangko!"

"Eh 'yung kakilala niya, sigurado bang si Helene ang tinutukoy? Baka naman ibang Helene 'yon?! Baka naman si Helen na si 'hindi-lene' pala!"

Sandaling natahimik si Karen bago napabuntong-hininga. "Oops... baka nga... nagkamali ako."

"Aiiieee! Karen! Hindi ito joke time!"

* * * * * * * * * * *

Wala na talagang bakas si Helene...

Pagkatapos ng buong araw ng paghahanap, napaupo si Henry sa isang food stall, hawak ang isang bote ng softdrinks. Ito na ba 'yun? Ito na ba ang katapusan ng kwento niya at ni Helene?

Kahit saan siya tumingin, walang bakas ng babaeng nagbigay ng kakaibang saya sa kanya. Wala na siya sa bangko, hindi siya nagtatrabaho sa sinabing address, at wala siyang ibang lead kung saan pa siya hahanapin.

"Ganito na lang ba 'yun? Tatanggapin ko na lang na wala na siya?"

* * * * * * * * * * *

Sa puntong ito, unti-unti niyang naramdaman ang lungkot. Matagal na niyang niloloko ang sarili niya—na madali lang hanapin si Helene, na para lang itong laro kung saan kailangan lang niyang maghanap ng tamang pinto. Pero ngayon, tila sarado na ang lahat ng pintuan.

Wala na. Wala na talaga siyang makitang bakas ni Helene. At sa unang pagkakataon, nakaramdam siya ng tunay na panghihinayang.

"Kung sana... mas naging matapang ako noon. Kung sana... mas sineryoso ko siya noong andiyan pa siya."

Tumayo siya, umiling, at nilakasan ang loob.

"Pero hindi ito ang katapusan. May susunod pang kabanata."

Kahit hindi pa niya alam kung paano, hindi pa tapos ang kwento nila ni Helene. ☺

14
Were Na U. Helene

Isang linggo na ang lumipas mula nang magtapos ang misyon ni Henry sa paghahanap kay Helene. Pero, hindi pa rin siya sumusuko. Kahit na pakiramdam niya'y wala na talagang pag-asa, hindi siya kayang padown ng mga sumunod na kabiguan. Hindi siya susuko, hindi siya bibitaw.

Araw-araw, saan man siya magpunta, laging may trigger na nagpaparamdam sa kanya ng presensya ni Helene—isang huling tingin, isang kaunting alaala. Nasa bangko? Wala na siya roon. Sa coffee shop na madalas nilang pinupuntahan? Nagbabakasakali lang siya, pero wala pa rin. Sa grocery? Siguro may pagkakataon na makita niya si Helene na may dalang cart at namimili ng shampoo!

Pero wala, wala talaga.

* * * * * * * * * * *

Nasa point na si Henry na para bang wala nang lugar sa mundo na hindi siya pinipigilan ni Helene. Hindi na siya tinatanggap sa mga lugar na dati nilang pinupuntahan, at kahit saan siya magpunta, hindi siya makakita ng kahit anong patibong na magdadala sa kanya kay Helene.

Kaya habang siya ay naglalakad sa harap ng isang convenience store, napansin niya ang barkada niyang sina Mark at Nico. Unfortunately, kalat na kalat na sa buong neighborhood na hilong talilong sa siya kahahanap sa kanyang inamorata. Nakaupo sila sa harap ng tindahan, nagkakasiyahan. Nang makita siya, agad nilang sinabi:

"Pare, baka naman ini-stalk mo na 'yan?!"

"Hoy, Henry, baka naman napapanaginipan mo na 'yan!"

"Malay mo, 'multo' lang si Helene at ikaw lang talaga ang nakakakita sa kanya dati!"

* * * * * * * * * * *

Si Henry, nagulat sa biro ng mga kaibigan. Medyo naiinis siya, pero alam niyang wala siyang magagawa. Matapos ang ilang linggong paghahanap, parang wala na talagang nakikitang paraan para mahanap siya.

Bumuntong-hininga siya, naiinis na rin sa sarili. Paano ba ako nakarating sa ganito?

The Breaking Point: "Wish Ko Lang" Moment

Minsan, may mga bagay na talaga ay dumarating sa mga sitwasyon na hindi mo inaasahan. Hindi pa siya nakaka-recover sa mga biro ng mga kaibigan, biglang pumunta siya sa isang cybercafe para lang makapag-isip.

Habang nagba-browse siya, biglang pumasok sa isip niya ang mga kwento sa TV, mga programang tulad ng "Wish Ko Lang" at "Kapuso Mo, Jessica Soho." Puwede kaya siyang mag-request sa isang TV show? Para lang mahanap si Helene. Baka may pagkakataon pa. Puwede siyang magpadala ng isang kwento tungkol sa paghahanap niya, at baka magtulungan ang buong bansa para hanapin siya!

"Hmmm... pwede 'yun!"

* * * * * * * * * * *

Hinatak ni Henry ang sarili patungo sa telepono, handang tawagan ang mga station. Hindi naman siguro nakakahiya kung seryoso siya, diba? Pero bago pa niya masimulan, biglang naisip niya—*nakakahiya pala! Paano kung mawalan siya ng mukha kung hindi siya papansinin ng mga TV shows?*

"Haaiisst! Anong klase akong tao?"

Nagkibit siya ng balikat, medyo napalakas ang hinga sa frustration.

"Siguro nga... kailangan ko nang tanggapin na wala na siya."

Ang Pagkatalo at Ang Kakaibang Inspirasyon

Pero, habang nilalakad niya ang daan papuntang bahay, hindi siya makapaniwala na parang natanggap na niyang wala nang mangyayari kay Helene. Hindi siya dapat magpadala sa tukso at paghihirap. Pumunta siya sa isang maliit na kanto kung saan nakaupo siya at napansin ang mga bata na naglalaro ng tumbang preso. Nag-isip siya, parang ang saya nila. Bakit siya magpapatalo?

Dahil kay Helene, naramdaman niya sa unang pagkakataon na may dahilan siya para magbago. Bago pa siya magkaroon ng "crush" kay Helene, hindi siya seryoso sa buhay. Kung hindi dahil kay Helene, baka hindi pa siya babangon mula sa pagkatalo at magbabalik sa mga bagay na mahirap para sa kanya.

"Naku... Henry, *kailangan mo ng laban.* Kung si Helene nga nakaya niyang lumayo, ikaw pa!"

Nandiyan si Helene sa isip niya, naging simbolo siya ng pagbabago. Siya ang nagbigay inspirasyon kay Henry na mas maging matatag sa buhay. Hindi lang si Helene ang nangyaring "kilig" na nararamdaman ni Henry, siya na rin ang dahilan kung bakit nais niyang magbago para maging mas mabuting tao.

Tukso ng Pagkalungkot

Minsan, si Henry ay natutok sa kanyang cellphone, naghahanap pa rin ng mga posibleng clue, sigurado bang may chance kay Helene? At habang naghahanap ng mga social media profiles na hindi pa niya natry, may napansin siya sa isang pahina—isang photo ni Helene! Hindi ba't si Helene 'yon? Isang selfie na ang nakalagay na caption ay, "I miss you guys! #BaguioTrip."

He felt the excitement! Nakita na naman siya! Puno ng kilig, umilaw ang kanyang mukha. *Baka may clue sa picture ito!*

Pero pagkatapos ng ilang segundo ng excitement, napansin niyang wala ng kasunod na posts.

"Haaiisst! Bakit ganito ang buhay?!"

At sa kabila ng lahat, nakangiti pa rin siya. Babalik siya. Laban lang.

15
Levelling Up Mode

Ang buhay ni Henry ay tila naging isang mahabang roller coaster ride na punong-puno ng kaba, kalokohan, at mga hindi inaasahang twists. Matapos ang ilang buwan na paghahanap at pangarap na muling makita si Helene, finally, natanggap din ni Henry ang malupit na katotohanan: baka wala na nga siya. Baka hindi na siya muling makita.

At kahit na ang puso ni Henry ay napuno ng pait at kabuntot na lungkot, hindi na siya kayang pilitin na magpatuloy sa pagiging tambay. Wala na ang mga araw ng walang silbi at walang direksyon. Minsan lang may mga ganitong realization sa buhay, at ayaw na niyang magpa-ambon lang sa buhay.

Habang nakaupo siya sa isang kanto ng kanilang barangay, nag-isip siya ng malalim. Sinimulan niyang tanungin ang sarili, *"Ano ba ang silbi ng buhay ko kung wala si Helene? Paano kung bigla siyang bumalik? Handa ba ako? Alam ba niya na seryoso ako sa kanya?"*

Aiiieee! Para bang nagising siya mula sa isang mahahabang gabi ng pagtulog. Naging malinaw sa kanya na hindi lang siya naghahanap ng girl of his dreams, kundi hinahanap niya ang sarili niyang direksyon. Kung balak niyang magtagumpay, hindi siya pwedeng magpaka-tamad forever.

Mission: Level Up Mode

"Haaiisst! Wala na akong panahon magmukmok. Nandiyan si Helene, pero wala na siya sa buhay ko ngayon... kailangan ko nang mag-focus sa sarili ko," sigaw ni Henry sa sarili. Ito na ang panahon para sa level-up mode ni Henry! Hindi lang basta pagiging mas mabuting tao, kundi pagiging mas maayos na tao. Ang unang hakbang? Magbalik-aral, mag-enroll sa kolehiyo. Goodbye tambay life, hello college life!

* * * * * * * * * *

Ang pag-enroll ni Henry sa kolehiyo ay hindi naging madali, pero hindi siya magpapatalo. Alam niyang hindi siya sanay sa classroom setup at hindi siya mahilig mag-aral. Pero ngayon, wala na siyang choice. Kung balak niyang maging isang bagong tao, kailangan niyang pagsikapan ang lahat ng mahihirap na sitwasyon.

First Day Struggles

Excited na gumising siya ng maaga, nag-prepare, at nagmukhang seryoso sa pagpasok sa klase. Pinili niya ang isang introductory class sa isang subject na wala siyang alam. Puno siya ng hope at excitement, sigurado siya na kaya niyang magtagumpay. Pero, hindi siya handa sa mga unang pag-subok.

Nang magsimula ang recitation, tumayo si Henry at nagbigay ng sagot sa tanong ng professor, "Ma'am, ang sagot po dyan ay... 'integrated circuit.'"

Tulad ng inaasahan, mali ang sagot niya! Nakaramdam siya ng kaba at ang buong klase ay natahimik, parang napasok siya sa isang awkward na pause moment. Ang professor, mukhang hindi nakangiti, nagtama lang ang mata sa kanya. At si Henry, naguguluhan—parang nagsisimula ng pagbulusok sa ilalim ng lupa! Haaiisst!

"Ehh, I mean, ma'am... I meant... analog..." na lang ang narinig ng buong klase. Wala ng mas nakakatawa pa. Lahat ng mga classmate niya ay natatawa, at siya naman, nahiya na parang huling-araw na sa mundo!

Pero hindi siya sumuko. Nagdesisyon si Henry na huwag na lang patagilid. Mag-aaral siya, hindi lang para kay Helene, kundi para sa sarili niya.

Slow but Sure Progress

Mga linggo ang lumipas, at si Henry ay hindi na natatakot sa mga exam o recitation. Oo, na-miss pa rin niya si Helene at lahat ng tawag ng pagnanasa sa mga mata ni Helene. Pero, naisip niya: "Kung magtagumpay ako sa pag-aaral, hindi lang para sa akin, kundi para kay Helene. Kasi, kung muli kaming magkita at ganito pa rin akong isang tambay, ano pang sense noon? Gusto kong maging proud siya sa akin at mabura na sa isip niya ang tamad na si Henry!"

Sa pagdaan ng mga araw, unti-unting nagsimulang makuha niya ang atensyon ng mga professors. Hindi na siya nagtatago o nagpapanggap. Nagsimula na siyang mag-level up. Hindi na siya takot magtanong at mag-review. Hindi lang para kay Helene. Pero para sa mas malaki pang layunin sa buhay niya. Alam niyang kapag natuto siya, hindi lang siya magiging mas mabuting estudyante—maging mas mabuting tao rin siya sa lahat ng aspeto ng buhay.

Sa bawat subject na tinatapos niya, feeling ni Henry, may isang bahagi ng buhay niya na natututo. Hindi lang siya tinutulungan ng mga guro, kundi mismo siya rin, natututo.

The Realization: Hindi Lang Si Helene

Nang matapos ang isang linggong pag-aaral at makamit ang unang passing grade sa isang major exam, si Henry ay may ngiti sa mga labi. Naisip niya, "Haaiisstt, paano kung walang Helene? Paano kung hindi na siya bumalik?" Pero naisip din niyang, kahit walang Helene, siya pa rin ang magiging dahilan ng buhay niya. Siya pa rin ang magiging "Henry" na gustong ipagmalaki, hindi lang sa mga kaibigan at pamilya, kundi sa sarili niya.

Patuloy pa rin siyang mag-aaral ng mga bagong skills, at hindi siya titigil hangga't hindi niya nakikita ang sarili sa tamang landas.

Ang Dahan-dahang Pagbabago

Naglalakad si Henry pauwi mula sa eskwela na mas confident sa mga hakbang. Hindi na siya tamad, hindi na siya nagmumukmok sa mga sulok ng bahay. Siya ay mas energized, motivated, at sigurado na sa bago niyang version.

Sa harap ng isang maliit na tindahan, nagkita sila ng mga barkada niya, sina Mark at Nico. Nang makita nila si Henry, nagsalita si Mark, "Pare, parang bagong tao ka na ah!"

Henry, may halong ngiti at kahihiyan ay sumagot, "Wala lang, mga pare, nag-level up lang."

Sumenyas si Nico at tumawa, "Haaiisst! Level up nga, may kahalong saya!"

Ngumiti si Henry at wala siyang pakialam. Kahit pa hindi pa niya nahanap si Helene, wala nang atrasan. Laban lang!

16

Fighting Spirit!

Makaraan ang ilang buwan, isang bagong Henry na ang nakatambay sa kanto ng buhay. Mas disiplinado, mas determinado, at higit sa lahat, may mas matino na mindset. Hindi na siya yung old Henry na tambay lang, walang direction, at laging nahanap ang sarili sa isang maling patutunguhan. Ngayon, sa bawat hakbang, may purpose—may pangarap, at higit sa lahat, may lakas ng loob.

Pero, tulad ng pagkakaalam ni Henry, kahit gaano man siya ka determinado, hindi pa rin niya kayang pigilin ang alaala ni Helene. Laging nandiyan sa likod ng kanyang isipan, parang isang lihim na tinig na patuloy na nagsasabing, *"Ano na kaya siya ngayon?" Saan kaya siya? "Baka nga..."* naisip ni Henry, *"Baka mawala na siya sa buhay ko."*

Lumingon Si Henry sa Nakaraan

Isang araw, habang naglalakad siya pauwi galing sa school, nadaanan niya ang lumang bangko kung saan siya unang nakita si Helene. Bam! Parang nag-flashback ang lahat ng alaala sa kanyang utak. Ang unang pagkikita nila, ang kabang naramdaman niya nang unang magtama ang kanilang mga mata. Pati na rin ang mga oras na ginugol niya lang para makita siya ulit—kahit na nahihirapan siya at laging naloloko sa sarili.

"Aiiieee!" Isang malalim na hininga ang pinakawalan ni Henry. *"Kailan kaya kami magkikita ulit?"* Tanong niya sa sarili. *"Kung magka-kita kami... handa na ba akong ipakita kung sino na ako ngayon?"*

* * * * * * * * * * *

Ang tanong na iyon ay parang nagpapaalala sa puso ni Henry—ang naging susi sa kanyang pagbabago. Hindi lang niya gusto si Helene, **hindi lang siya basta "falling" sa kanya. Ang totoo, gusto niyang maging tao na deserving para kay Helene. Gusto niyang makita siya na hindi na yung tamad, walang direksyon—gusto niyang maging mas magaling, mas mabuting tao para kay Helene, at sa sarili niya.

Kaya, habang naglalakad siya palayo mula sa lumang bangko, isang realization ang sumik sa kanyang isipan: *"Hindi na ako yung Henry na duwag, tamad, at walang pangarap." Hindi na siya yung Henry na maghahanap ng paraan para "maging espesyal" kay Helene, kundi siya na mismo ang magiging "special."* Ang kanyang pagtanggap sa sarili ay ang unang hakbang, at si Helene, siya ang magsisilbing inspiration—hindi lang sa kanyang puso, kundi sa kanyang buong buhay.

Pagbabalik ng Fighting Spirit

"Aiiieee!" Sinabi ni Henry habang mag-isa sa kalsada. "Okay! Kaya ko 'to. Hindi na ako susuko." Ang dating takot at duwag ay napalitan ng matinding determination. Ipinagpatuloy niya ang kanyang lakad, ngunit ang bawat hakbang ay may bagong layunin—mas matapang, mas may purpose—para sa kanyang hinaharap.

* * * * * * * * * * *

Nasa buhay niya si Helene, oo, pero hindi lang si Helene ang dahilan ng pagbabago niya. Siya mismo ang dahilan, at sa bawat desisyon, sa bawat hakbang na ginagawa niya, mas lumalakas ang loob niyang harapin ang lahat ng hamon.

* * * * * * * * * * *

Sa bawat araw na lumilipas, nagiging mas klaro ang daan na tatahakin ni Henry. Alam niyang may mga pagsubok pa—bawat step, may chance na matutunan ang bago, mas mataas na level ng self-discipline, at mas maganda pang buhay. Pero siya, hindi siya titigil, hindi siya babalik sa pagiging dati—kasi "bago na siya," at "level up" na siya.

Wala Nang Atrasan, Tuloy Na!

Naglakad siya palayo sa lumang bangko at nakita ang mga kabataan sa kanto, nag-haharutan at nagsasaya. Pero si Henry, habang nilalakad ang kalsadang iyon, may pakiramdam ng freedom. Hindi na siya nahihirapan, hindi na siya nababalisa. Kung magkita man sila ni Helene, hindi na siya magpapatalo. Kung magtagumpay man siya o hindi sa hinaharap, si Helene na lang ang magsusukat ng kanyang lakas. Pero sa ngayon, alam niyang may laban siya.

"Haaiisstt! Wala nang atrasan! Time to level up for real!" Sigaw ni Henry.

Patuloy na Pagbabago

Nagpatuloy si Henry sa buhay niyang puno ng pag-asa at determinasyon. Si Helene, hindi pa niya natutuklasan kung saan at kailan sila muling magtatagpo. Pero si Henry, nagbabalik ang kanyang fighting spirit, at hindi na siya maging bakla sa buhay na puro lungkot.

"Game na!" sambit niya nang maglakad siya sa daan. *Patuloy ang pag-abot sa pangarap!*

17

Ang Bagong Campus Crush?"

"Henry, 'di ko inakala na magiging ganyan ka kasipag!" Ganito na lang ang paulit-ulit na naririnig ni Henry sa kanyang mga kaklase, kaibigan, at maging sa mga propesor niya. Nakakapanibago. Dati, siya 'yung tambay na walang direksyon sa buhay, ang hari ng procrastination, at master ng "mamaya na lang." Pero ngayon? Sa hindi niya inakalang pagkakataon, campus crush na raw siya?!

"Aba, dati halos hindi mo nga ata alam na may libro sa bahay n'yo, ngayon halos may sarili ka nang library!"

"Pssst! Henry, seryoso, ilang babae na ba nag-confess sa 'yo? Ang pogi mo na kasi ngayon, eh!"

* * * * * * * * * *

Lahat 'to, nagsimula nang magpursige siyang magbago. Hindi na siya 'yung dating Henry na walang ambisyon—ngayon, determinado siyang patunayan na kaya niyang magtagumpay. At kahit hindi niya aminin nang harapan, isang tao lang naman talaga ang inspirasyon niya.

Si Helene.

Kahit gaano na karaming recognition ang natanggap niya—mga tropeo, medalya, at certificates sa iba't ibang art competitions—hindi pa rin niya maiwasang isipin, "Ano kayang sasabihin ni Helene kung nakita niya 'ko ngayon?"

Ang Campus Crush na 'Di Sinasadya

Nagsimula lang naman 'to sa isang simpleng school-wide art competition. Ginawa lang naman niya 'yung best niya, pero nang i-announce ang mga nanalo, halos mapatayo siya sa gulat.

"At ang first place, mula sa Fine Arts Department... Henry Ocampo!"

Nagpalakpakan ang buong auditorium. Tapos, maya-maya pa, may mga lumapit nang mga estudyante—hindi lang mga kaklase niya, kundi pati mga hindi niya kilala!

"Ang galing mo! Ikaw 'yung gumawa ng painting na 'yun, 'di ba?"

"Henry, idol kita! Pwede bang magpaturo ng shading techniques?"

"Crush na kita, Henry! Hihi!"

"Hala! Wala pang isang buwan 'to sa competition scene, ganito na agad?"

* * * * * * * * * * *

Para siyang artista na biglang sumikat. Biglang dumami ang nag-aalok sa kanya ng art commissions, biglang dumami ang nag-a-add sa kanya sa social media, at biglang dumami rin ang nagpaparamdam ng paghanga sa kanya—lalo na ang mga babae.

Napakamot siya ng ulo. Ano bang nangyayari?!

Ang Barkadang Laging May Hirit

Siyempre, hindi 'to pinalampas ng mga kaibigan niya.

"Aba, Henry! Hindi lang pala talent ang meron ka, ha! May charisma ka rin!" sabi ni Lance, ang best friend niyang pinakanaunang nagtulak sa kanya para magseryoso sa buhay.

"Artistic Heartthrob! Ayos 'yan! Bagay na title sa 'yo!" sabat naman ni Carl habang ini-screenshot ang isang Facebook post kung saan ang pangalan ni Henry ay trending sa student groups.

"Pustahan tayo, bago ka gumraduate, sampung babae ang aamin sa 'yo!"

"Haaiisst! Kayo talaga! Hindi naman ako sikat, oy!"

Pero hindi talaga siya mapakali. Nakakatuwa, oo, pero sa loob-loob niya, hindi naman niya 'to hinahanap.

Kahit sino pa ang pumansin sa kanya, kahit ilang babae pa ang magpakita ng interes, wala pa ring pumapalit kay Helene sa isip at puso niya.

Nangingibabaw Pa Rin si Helene

Minsan, habang gumagawa siya ng isang bagong artwork para sa isang special exhibit sa campus, napansin niyang... parang pamilyar 'yung itsura ng babaeng idinodrowing niya.

Mahabang buhok, gentle ang mga mata, at parang may kakaibang warmth sa ngiti.

Napakurap siya. Ha?!

Si Helene?!

Bigla siyang napahinto. Napaisip. Napabuntong-hininga.

"Grabe ka naman, Helene. Kahit sa art ko, hindi kita matanggal?"

Kahit na mas sikat na siya ngayon, kahit na mas maraming babae ang nagkakagusto sa kanya... wala pa ring katulad si Helene.

At doon niya mas lalong na-realize: hindi lang crush ang naramdaman niya noon.

Sa kabila ng lahat ng achievements niya, may kulang pa rin.

At sa puntong 'to, hindi niya alam kung kailan niya ulit makikita ang babaeng 'yon... o kung makikita pa niya ito.

18

Ang Heartbreaker?

"Henry, may gusto akong sabihin sa 'yo..." Hinawakan ni Carla ang kamay niya, sabay titig na parang may slow-motion effect na nagaganap. Sa likod nila, may cherry blossom tree—well, actually, isa lang 'tong ordinaryong puno sa school, pero parang cherry blossom sa imagination ni Carla. Ang hangin ay tila sumasayaw sa paligid nila.

Napalunok si Henry. Ito na naman.

"Haaiisst! Hindi ako ready!"

"Bakit parang kinakabahan ka?" malambing na tanong ni Carla, na halatang may gustong ipahiwatig.

Biglang ACHOOO!

****

Napaatras si Carla. Si Henry naman, hawak ang ilong.

"Aiiieee! Henry, allergic ka ba sa akin?!"

"Ha?! H-Hindi! Allergic lang yata ako sa—" Napahinto siya. Ano nga ba? Commitment? Love?

Nagsimula nang magpanic si Carla.

"Umiwas ka na nga sa confession ko, tinamaan mo pa 'ko ng sneeze mo! Ano 'to, bad sign?!"

The Accidental Heartbreaker

Sa totoo lang, hindi niya sinasadyang maging heartbreaker. Pero paano ba naman kasi?

Simula nang sumikat siya sa school dahil sa kanyang art at talento, dumami ang nagpaparamdam sa kanya. May mga nagpapacute, may nagpapanggap na mahilig sa art para lang makasama siya, at meron ding diretsahang umaamin ng feelings.

"Henry, I really like you!"

"Henry, crush kita! Kailan ka magiging akin?"

"Henry, will you go on a date with me?"

* * * * * * * * * * *

At siya? Wala naman siyang ginagawang special. Wala siyang sinasagot, wala siyang inaamin, wala siyang pinapaasa. Pero kahit anong iwas niya, lalo lang siyang nagiging campus heartthrob.

"Henry, grabe ka na, pare," sabi ni Lance isang araw habang sabay silang kumakain sa cafeteria. "Tatlong babae na ang lumapit sa 'yo ngayong linggo lang!"

"At tatlo rin ang binasted niya!" sabat ni Carl.

"Hoy, hindi ko sila binasted!" depensa ni Henry. "Nagpapakatotoo lang ako! Hindi ko naman kayang pilitin ang sarili kong mahalin sila, 'di ba?"

"Ano ba 'to, love guru ka na rin ngayon?"

"Serious talk, pare," dagdag ni Carl. "Ano bang hinahanap mo? Dami nang nagkaka-crush sa 'yo. Hindi ka pa rin ba ready pumasok sa relasyon?"

Henry paused. Ready ba siya?

The Problem: Walang Pumapalit kay Helene

Kahit ilang babae ang lumapit sa kanya... bakit parang hindi siya makahanap ng spark?

Parang may kulang. Parang may hinahanap siyang wala sa kahit kanino. Kahit gaano pa kaganda, katalino, o ka-cute ang mga nagpaparamdam sa kanya, walang pumapalit kay Helene.

Noong una, akala niya simpleng infatuation lang ang naramdaman niya noon kay Helene. Crush lang. Kaunting kilig. Isang pangyayaring lilipas din pagtagal.

Pero hindi. Kasi hindi lumipas.

"Grabe ka, Helene. Kahit wala ka na, ikaw pa rin ang hinahanap ko."

* * * * * * * * * * *

Hinawakan niya ang dibdib niya. Dapat ba siyang matuwa? O dapat siyang kabahan?

The Unexpected Kilig Moment

Minsan, habang nasa library siya, may lumapit na isang babaeng kilala sa buong campus. Si Tricia—isang social media influencer na sikat na sikat dahil sa kanyang ganda at pagiging fashionista.

“Henry,” malambing niyang tawag.

Napatingin siya.

Ngumiti si Tricia. “Puwede ba kitang i-portrait?”

Henry blinked. “Ako?”

“Oo,” sagot ng babae, sabay kindat. “Alam kong ikaw ang laging gumuguhit ng mukha ng ibang tao... Ngayon, gusto kong ikaw naman ang i-drawing ko.”

Narinig niyang may sumipol mula sa kabilang mesa.

“Aba, ibang level na ‘to!”

Henry chuckled, clueless kung paano magre-react. Ang daming nagkakagusto sa kanya. Ang daming may crush sa kanya. Pero siya? Wala pa ring ibang gusto.

Siya lang.

Si Helene pa rin.

19

May Helene Standard Ba?

"Pre, ano bang trip mo? Bakit parang may hinahanap kang 'di mo makita?" Napasandal si Henry sa upuan niya, hawak ang lapis na kanina pa niya ginuguhit sa sketchpad. Nasa school library sila, kunwaring nagre-review para sa midterms, pero mas marami pang kalokohan ang pinag-uusapan nila kaysa actual na pag-aaral.

"Hindi ko rin alam, pare," sagot niya habang tinititigan ang latest sketch niya.

"Babae na naman 'yan, no?" singit ni Carl, nakasilip sa ginagawa niya.

"Uuuy, si Helene na naman 'yan!" tukso ni Lance, sabay kurot sa balikat niya. "Ano ba, Henry, ilang taon na ang lumipas pero siya pa rin ang nasa isip mo?"

Napabuntong-hininga si Henry.

"Hindi,a!!" sagot niya, pero kahit siya, alam niyang...tama sila.

Sa Sketch Pa Lang, Bistado Na

Matagal na niyang napansin. Sa tuwing wala siyang ginagawa, bigla na lang siyang nagdo-doodle. Sa klase, sa bahay, kahit sa meetings ng school publication, wala siyang kawala. At sa bawat guhit niya... isang mukha lang ang lumalabas.

Si Helene.

Noong una, sinasabi niya sa sarili niyang coincidence lang. Natural lang 'yun kasi dati niyang crush si Helene. Pero nung dumami na ang sketches niya at napansin niyang pare-pareho ang vibe ng mga mukha?

"HAAAIIISSTT! Hindi ko siya matanggal sa sistema ko."

* * * * * * * * * * *

Nang isang gabi, sinubukan niyang gumuhit ng ibang babae—isang random face lang, kahit sino. Pero sa bawat stroke ng lapis niya, unti-unting nagiging pamilyar ang features...

...hanggang sa—Aiiieee!

Mukha na naman ni Helene ang lumabas!

Napasubsob siya sa mesa niya.

"Ano ba 'toooo?! Bakit siya na naman?!"

The Helene Standard

Nag-try naman siyang makipag-date. Nag-try talaga siya! Nagkaroon siya ng ka-date na mahilig sa art. Pero hindi ito kasing-maalalahanin tulad ni Helene. Nagkaroon siya ng ka-date na super ganda—rampadora sa campus, pero hindi ito kasing-natural ni Helene. Nagkaroon siya ng ka-date na sobrang talino—sumasagot sa recitation na parang encyclopaedia, pero wala itong sense of humor gaya ni Helene.

Wala. Laging may kulang. Parang lahat ng babae, hindi pumapasa sa isang invisible checklist. At hindi niya maintindihan kung ano ang problema... hanggang sa narealize niyang...

Si Helene ang standard niya.

Ang Realization

Isang araw, sa isang malaking school event, nagkaroon ng awarding para sa outstanding students sa iba't ibang fields. At syempre, isa siya sa mga naparangalan dahil sa achievements niya sa art at sa pagiging Art Director ng school publication.

Masaya siya.

Pero mas masaya siya dahil sa isang bagay—nandun ang parents niya. Dati, puro sermon lang ang natatanggap niya mula sa kanila. Pero ngayon, he could see it in their eyes—they were proud.

"Anak, sobrang proud kami sa 'yo," sabi ng Daddy niya, tapik-tapik ang balikat niya. "Hindi namin akalaing ikaw 'yung dating tamad at walang direksyon, tapos ngayon, napakaraming achievements na!"

Henry just chuckled, rubbing the back of his head. "Uh, dati lang 'yun. Nagbago na ako."

"Sino ba ang inspirasyon mo at bigla kang nagbago, ha?" singit ng Mommy niya, sabay kindat. "Babae 'yan, 'no?"

Nag-init ang mukha niya.

"Ay, naku, wala po!"

Pero deep inside? Alam niya ang sagot. Habang nakatayo siya roon, suot ang medalya niya, tumingin siya sa paligid. At parang automatic na tumibok ang puso niya.

"Kung andito si Helene ngayon, matutuwa kaya siya sa naging ako?"

Dati, wala siyang pangarap. Wala siyang direksyon. Pero ngayon? Naging mas mabuting tao siya—at alam niyang si Helene ang dahilan.

Napalunok siya.

"Si Helene lang talaga ang gusto ko."

20

Proud Parents, Empty Heart

"Anak, hindi pa rin namin makapaniwala." Napalingon si Henry sa Daddy niyang nakatayo sa may pinto ng kwarto niya, nakangiti habang pinagmamasdan ang medalya at certificate na nakapatong sa mesa niya.

"Totoo bang ikaw 'yung dating tambay na inaalala lang ang susunod na laro sa computer shop?"

Henry chuckled, shaking his head. "Grabe naman kayo, Dad. Parang sobrang sama ko dati."

"Eh hindi ba? Dati, ang laging tanong mo sa amin, 'May ulam ba?' Ngayon, 'May contest ba?'"

Pumasok ang Mommy niya, may dalang tray ng snacks. "Eto, anak. Para may energy ka habang gumagawa ng art mo."

Napangiti si Henry. Dati, puro sermon ang inaabot niya sa kanila—dahil sa pagiging walang direksyon, sa pagiging tamad. Ngayon, sa unang pagkakataon, iba na ang tingin nila sa kanya.

"Sarap sa pakiramdam," naisip niya habang sinusubo ang isang piraso ng turon.

"Sarap maging proud ang parents mo."

Ang Artist Ng Mga Puso

Dahil sa sipag at tiyaga niya, naging isa siya sa pinakakilalang artists sa buong school. Hindi lang dahil sa mga panalong paintings niya, kundi dahil din sa pagiging Art Director ng school publication.

Kapag may event, laging siyang iniimbita para mag-design ng stage. Kapag may contest, hinihikayat siya ng mga professors niya na sumali.

Sa totoo lang, masaya siya.

Masaya... pero hindi buo.

The Missing Piece

"Henry! May art exhibition next month, gusto mong mag-submit ng painting?" tanong ng isa sa professors niya.

"Oo naman, Sir," sagot niya agad.

Pero nung nagsimula siyang mag-paint sa bahay, hindi siya makapag-decide kung ano ang iguguhit niya. Dati, sobrang dali lang. Isang upo, isang tingin sa paligid, tapos biglang lalabas ang inspirasyon.

Pero ngayon?

Nagtititigan lang sila ng blangkong canvas. Nakailang attempt na siya—nag-drawing ng nature, abstract, isang portrait ng random na babae...

Pero sa dulo? Laging natatapos sa isang mukha.

Helene.

"Haaiisst! Ano ba 'to?! Bakit siya na naman?!"

Napabagsak niya ang brush niya, sabay himas sa buhok.

"Kailan ba ako titigil kakaisip sa kanya?"

Will She Be Proud?

Hinayaan niya ang sarili niyang huminga nang malalim, tinignan ang painting niya, at sa wakas, tinanggap ang totoo.

"Hindi ko siya malimutan, kasi siya ang dahilan kung bakit ako nandito ngayon."

Kung hindi niya nakilala si Helene, hindi siya magbabago. Hindi siya babalik sa school. Hindi siya magiging artist. At ngayong nasa rurok siya ng tagumpay niya, isang tanong lang ang bumabagabag sa kanya...

"Kung makita ko ulit si Helene... magiging proud kaya siya sa akin?"

Napatingin siya sa artwork niya. Pinunasan niya ang mga kamay niya, tumayo, at tinignan ang sarili sa salamin.

Henry, the talented artist. Henry, the model student. Henry, the campus heartthrob.

Pero kahit anong title pa ang makuha niya...

"Si Helene pa rin ang gusto kong makakita nito."

21
Henry, The Big Boss

Ilang taon na ang lumipas mula nang tumapak si Henry palabas ng gate ng eskwelahan, diploma sa kamay, at pusong parang naplantsa na, o akala niya lang. Pumasok siya sa mundo ng advertising, ginamit ang kanyang mala-dyosang talento sa paggawa ng mga graphics, logos, at pati na rin mga viral campaigns. Naging isa siya sa pinaka-hinahangad na batang designer sa buong siyudad, at ang buhay, parang nakahanap na ng tamang playlist.

"Hala, Henry, tapos ka na ba mag-drawing ng mga campaign posters para sa mga bagong brands? Yung mga bigatin, kailangan na nila yan ASAP!"

Si Mark, isa sa mga dating kaklase niya at ngayon ay katrabaho, sumigaw mula sa pintuan ng opisina. Si Henry, nakaupo na ngayon sa boss chair ng kanyang sleek na opisina, tumingin sa kanya, may nakakalokong ngiti. "Don't worry, Marky, gagawin ko 'tong parang magic, promise."

Tinaas ni Mark ang kilay niya, "Magic? Eh, ikaw na nga may negosyo, parang ikaw pa yata ang may 'mad' skills."

"Yeah, MAD skills, literally," tumawa si Henry, tinuro ang sign sa labas ng opisina nila—MADGicMedia Creatives—isang pun intended na name ng kumpanya na kumapit na parang sipit.

* * * * * * * * * *

Ang kumpanya ay nagiging trendsetter, lumalawak ang kanilang clientele sa mga malalaking kumpanya at celebrities. Ang dating Henry—yung lalaking nagkulong sa kwarto, nag-iimagine ng susunod na malaking project habang umiinom ng soda—ay wala na. Ang bagong Henry? Well, he's a success, isang boss na gumagawa ng malalaking moves at pumipirma ng mga major deals.

Pero sa gitna ng lahat ng tagumpay, parang may kulang pa rin. Pero, itinatago niya ang mga ganitong kaisipan sa likod ng kanyang isipan. Ang ritmo ng trabaho, ang excitement sa pagpapalago ng kumpanya—sapat na para malunod ang nakaraan.

“I guess this is it,” naisip niya, pinunasan ang noo pagkatapos ng mahabang meeting. “This is my new life now.”

Pero kahit gaano pa kalaki ang kanyang tagumpay, walang makakapuno sa hollow feeling na nasa loob niya—lalo na kapag nadadaanan niya ang mga art supplies sa opisina. May isang sandali na parang nakita niya ang lumang drawing ng isang babaeng nakangiti, may malalambot na mata. Isang mabilis na imahe ng isang taong minsan niyang inalagaan.

Helene.

Pero, nagkibit balikat lang siya. “Haaiisst! Move on na, Henry!”

* * * * * * * * * *

Biglang sumulpot si Carla, assistant niyang laging may clipboard, “Boss Henry! May emergency meeting tayo sa boardroom in five minutes! Yung mga bigatin clients, parang nag-aamok na!”

“Aiiieee! Wala na bang ibang oras para diyan?” biro niya, habang tumatayo at kinukuha ang kanyang kape.

“Kung gusto mong mag-adrenaline rush, Boss, pwede naman i-postpone,” sagot ni Carla na may nakakalokong ngiti. “Pero sabi ni Sir Fredo, urgent daw talaga.”

Napakamot ng ulo si Henry. Si Sir Fredo, isa sa mga pinaka-prominenteng businessmen sa industriya, ang VIP client nila ngayon. Napatunayan na niyang kaya niyang magdala ng kumpanya, pero tuwing may ganitong klaseng pressure, parang bumabalik ang kaba niya noong unang beses siyang sumalang sa isang contest sa eskwelahan.

* * * * * * * * * *

Pagpasok niya sa boardroom, halos mapuno ng energy ang buong kwarto. Nandoon na ang buong team niya, kasama sina Mark at Ryan, mga dati niyang kaklase na ngayon ay business partners na niya.

“O, Bossing! Buti dumating ka, baka akalain ni Sir Fredo na nag-back out ka na,” kantyaw ni Mark habang nakangisi.

“Ako pa? Malay mo, mag-magic ako mamaya,” Henry smirked, pinapatama sa pangalan ng kumpanya nila—MADGicMedia Creatives.

Napailing si Ryan. “Puro ka kalokohan. Sige nga, ipakita mo na yung ‘magic’ mo sa pitch mo mamaya.”

Pinindot ni Henry ang remote ng projector, at agad lumabas ang presentation niya sa malaking screen. Habang iniisa-isa niya ang mga concept, designs, at marketing strategy na ginawa ng team nila, napansin niyang lahat ay tahimik at nakikinig. Sa dulo ng meeting, tumayo si Sir Fredo at tumingin sa kanya.

“Henry, you and your team did an amazing job,” sabi nito habang nakangiti. “You have the talent and vision. This project is yours.”

Halos magpalakpakan ang buong team, pero si Henry, tumango lang at ngumiti. Iba na siya ngayon—mas kalmado, mas sigurado sa sarili, at mas determinado.

Paglabas niya ng boardroom, may nag-aabang na sorpresa.

“Brod! May dumating na package sa office mo! Parang regalo ata galing sa isa mong dating client.”

* * * * * * * * * * *

Nang buksan niya ang kahon, may isang framed portrait ng sarili niya—isang lumang sketch na ginawa niya noong estudyante pa siya. Tumigil siya sandali, tinititigan ang mukha sa drawing. May kakaibang emosyon ang pagkakaguhit dito—halos parang iba ang Henry noon sa Henry ngayon.

Sa gilid ng sketch, may maliliit na doodle ng isang babaeng may mahaba at maamong buhok.

Si Helene.

Napatigil siya. Ilang taon na ang lumipas, pero bakit parang may bahid pa rin ng alaala niya sa mga obra niya?

“Haaiisst!” Napailing siya, pinatong ang frame sa gilid ng mesa. “Wala na ‘to, Henry. Move on na.”

Natawa si Mark nang makita siya. “Uy, bro, mukha kang haunted. Ano ‘yan, throwback sa nakaraan?”

“Baliw! Walang ganun.” Tinapik niya ang balikat nito, pilit na iniiba ang usapan. “Tara, dinner! Treat ko.”

At tulad ng dati, pilit niyang binabaon sa limot ang isang pangalan na minsan nang nagpabilis ng tibok ng puso niya—Helene.

22

The Beautiful Gabby

"Sweetheart, bilisan mo naman! Jusko, baka ma-late tayo sa gala, eh ang traffic pa!" reklamo ni Gabby, paikot-ikot sa harap ng salamin, perfect na perfect dapat ang bawat strand ng buhok.

Si Henry, nakaupo sa gilid ng kama, inaayos ang manggas ng coat niya. "Relax lang, Gab. Hindi naman tayo magko-compete sa 'Fastest Car in EDSA' eh, chill lang."

Gabby rolled her eyes, pero ngumiti rin. "Ewan ko sa'yo! Minsan ang chill mo, eh. Pero siguro kaya kita mahal kasi hindi ka na-i-stress, unlike me!"

Lumapit si Henry at kinurot ang ilong nito. "Ganyan ka naman talaga, sweetheart. High-maintenance pero lovable."

Tumawa si Gabby at hinampas nang mahina ang braso niya. "Whatever, Mr. Big Shot!"

Two years na sila ni Gabby. Sa paningin ng madami, sila ang ultimate power couple—si Henry, ang successful businessman, at si Gabby, ang sosyal, matalino, at stunning girlfriend, parang laging cover girl ng fashion magazine.

Habang nasa kotse papunta sa fundraising gala, busy si Gabby sa pagse-selfie, habang si Henry, tahimik na nagda-drive. "Sweetheart, smile ka naman dito! Parang may malalim kang iniisip."

"Ha? Oh, sorry," sagot niya, pero parang wala talaga siya sa mood.

"Haaaiisst! Alam mo, minsan ang weird mo, Henry," biro ni Gabby, inakbayan siya at pinindot ang camera. "Say cheese!"

"Cheese," bulong ni Henry, pero hindi niya ma-fake ang genuine na ngiti.

Sa loob ng venue, surrounded sila ng mga mayayamang negosyante at celebrities. Sanay na si Henry sa ganitong environment, pero habang tumatagal, parang hindi pa rin niya totally feel ang vibe.

"Henry! My man! Ang tagal na nating hindi nagkita!" Lumapit sa kanila si Luke, isang kilalang socialite at anak ng business tycoon.

"Luke, bro! Musta? Ikaw, hindi ka pa rin tinatamaan ng love bug?" biro ni Henry.

Tumawa si Luke. "Nako, hindi tulad mo! Si Gabby, ang suwerte mo rito, tol. Alam mo bang daming gustong manligaw diyan dati?"

Gabby flipped her hair at ngumiti nang pabebe. "Oh, stop it, Luke!"

"Pero seryoso, Henry," bulong ni Luke. "Kailan ang kasal?"

Nagkatinginan sina Gabby at Henry. Si Gabby, biglang nag-blush, pero si Henry, parang nag-hesitate.

"Ah... Wala pa sa plano," sagot niya, sabay inom ng wine.

Luke raised an eyebrow. "Dude, two years na kayo ah. Ano pang hinihintay mo?"

Napakamot ng ulo si Henry. "Busy pa kasi kami sa career namin. Isa pa, gusto ko munang i-enjoy 'yung buhay, bro."

Si Gabby, tahimik lang pero kita sa mata niya na parang gusto niyang marinig ang ibang sagot.

Pag-uwi nila, hindi na nakatiis si Gabby. "Sweetheart... seryoso ka ba? Hindi mo pa talaga iniisip ang kasal?"

Huminga nang malalim si Henry. "Gab, mahal kita, pero masaya naman tayo, diba? Bakit kailangang madaliin?"

"Because... I thought we were heading there," sagot ni Gabby, halatang may disappointment sa boses niya.

Henry sighed. Mahal niya si Gabby. Maganda, matalino, at perfect siya in every way. Pero bakit parang may kulang pa rin?

* * * * * * * * * * *

Pagkahiga niya sa kama, bumalik sa isip niya ang isang lumang alaala.

Ang isang babaeng may mahaba at maamong buhok, nakangiti habang tinutulungan siyang mag-fill out ng deposit slip.

Si Helene.

Pinilit niyang kalimutan ang biglang pangungulila na naramdaman.

Tapos na 'yon. Gabby na ang kasama niya ngayon. At dapat, masaya na siya.

23
Sobrang Choosy

"Henry! Shot pa!" sigaw ni Mark, inaabot ang isang basong punong-puno ng beer kay Henry.

"Ayoko na, pare, maaga pa ako bukas," tanggi ni Henry, nilalaro ang coaster sa harap niya, parang may malalim na iniisip.

"Haaiisst! Aba, guys, mukhang tumatanda na si Henry!" hirit ni Carl, sabay tawa na parang kontrabida sa teleserye.

"Hoy, excuse me, hindi ako tumatanda, busy lang," sagot niya, trying hard na magpaka-cool, pero deep inside, parang may nagwi-wiggle na question mark sa utak niya.

Nasa paborito nilang hangout spot sila, isang sikat na bar na tambayan ng mga young professionals. Kasama niya ang kanyang college barkada, na tulad niya, puro abala sa trabaho pero laging may oras para sa "Friday night tambay" sesh.

"Henry, bro, seryoso. Dalawang taon na kayo ni Gabby, wala man lang balita kung kailan kayo magpapakasal? Hindi ka pa ba ready?" tanong ni Brian, halatang may tama na sa alak, parang nag-a-audition for "Truth Serum Spokesperson."

Napailing si Henry. "Hindi naman sa ganun, bro. Masaya kami, and wala namang problema."

"E bakit parang hindi ka excited? Alam mo ba, may tsismis na!" sigaw ni Mark, sabay tawa na parang kontrabida sa comedy bar.

Napakunot ang noo ni Henry. "Anong tsismis?"

"Ayun!" Mark pointed a finger at him, laughing like a mischievous kid. "Bro, huwag ka magalit ha... pero may mga nagsasabing baka... alam mo na..."

"Ano?"

"Closet case ka daw!"

* * * * * * * * * *

Biglang natahimik ang buong table, parang nag-pause ang soundtrack ng buhay, bago sumabog ang malakas na halakhakan, parang sound effects ng comedy show.

"Ha?! Pucha, saan galing 'yan?!" Henry almost choked on his drink, parang may na-stuck na popcorn sa lalamunan.

"Aba ewan ko! Sa tagal mo kay Gabby, wala ka pang plano? Tapos kahit daming babaeng lumalandi sa'yo, wala kang napapansin? Baka naman—"

"Hoy, hoy, hoy!" Henry raised both hands, shaking his head like a confused puppy. "Ang kulit niyo! Masyado lang akong busy sa work, 'yun lang 'yun."

Pero hindi pa tapos ang kanyang mga kaibigan, parang mga judge sa "Henry's Relationship Court."

"Eh, wala ka bang excitement, man? Ang tagal niyo na ni Gabby, pero parang wala kang urgency," dagdag ni Carl, parang nag-o-audition for "Relationship Expert." "I mean, if I had a girl like her, baka ni-lockdown ko na 'yan!"

"Tama! Ang daming lalaki d'yan na gustong-gusto si Gabby, tapos ikaw, parang wala lang?" sabat pa ni Brian, parang nag-a-apply for "Gossip King."

Henry groaned, rubbing his temples like he had a headache. "Grabe kayo, ha. Ano ba 'to, intervention?"

"Seryoso kami, bro," sabi ni Mark, parang nag-a-announce ng breaking news. "Ano ba talaga ang problema?"

Henry opened his mouth to respond, but he hesitated. Ano nga ba talaga ang dahilan? Totoo namang masaya sila ni Gabby. She was perfect, everyone said so. Pero bakit parang may kulang?

Napansin ni Carl ang expression ni Henry, parang nag-a-analyze ng crime scene. "O, kita mo? Hindi mo masagot!"

Tumawa ulit ang grupo, parang nag-a-attend ng comedy show, pero si Henry, napangiti na lang at uminom ng beer niya. Hindi niya alam kung paano ipapaliwanag, kahit sa sarili niya.

Sa buong gabi ng kulitan, hindi nawala sa isip niya ang isang tanong—

"Bakit nga ba parang may hinahanap pa ako?"

24
Freedom or False Hope?

"Bakit parang may kulang?" 'Yan ang paulit-ulit na tanong ni Henry sa sarili, habang nakaupo sa balcony ng condo niya, pinagmamasdan ang mga nagkikislapang ilaw ng Makati. Dapat masaya siya, diba?

Successful siya. May sarili siyang thriving business. May magandang bahay. May magandang girlfriend.

Pero bakit parang may bumabagabag sa kanya? Parang may invisible na kamay na kumukurot sa puso niya.

"Henry?"

Napalingon siya nang marinig ang malambing na boses ni Gabby. Nakasuot ito ng silk nightgown, parang modelo sa isang mamahaling magazine. Lumapit ito sa kanya, bitbit ang dalawang baso ng wine, parang nagda-drama sa isang romantic movie scene.

"Ano na naman ang iniisip mo?" tanong nito, nakakunot ang noo, parang nag-a-analyze ng problemang math.

"Ha?" Natauhan si Henry at ngumiti ng pilit. "Wala. Work lang."

"Work na naman?" Gabby sighed, rolling her eyes, parang nagre-react sa boring teleserye. "Palagi ka na lang work. Seryoso, Henry, minsan parang mas mahal mo pa ang trabaho mo kesa sa'kin."

"Come on, Gabby, alam mong hindi totoo 'yan," sagot ni Henry, kahit siya mismo parang hindi sigurado, parang nagda-doubt sa sarili.

"Really?" Gabby stared at him, as if trying to read his mind, parang nag-i-scan ng barcode. "Kasi minsan, pakiramdam ko, hindi mo ako buong-buo na mahal."

* * * * * * * * * *

Biglang parang may tinik na bumara sa lalamunan ni Henry, parang na-stuck ang fishbone. He forced a chuckle, parang nag-a-audition for "Fake Laugh Master." "Ano ka ba? Of course, I love you."

"Then why don't you show it?" Gabby pouted, resting her chin on her palm, parang nag-a-apply for "Drama Queen." "Dalawang taon na tayo, Henry. And yet, hindi ka pa rin ready mag-settle down? My mom keeps asking me kung kailan ka mag-po-propose. My friends tease me that I might end up waiting forever. Honestly, ako mismo, minsan napapaisip na rin."

Henry exhaled, rubbing his temple, parang nag-attempt mag-solve ng rubix cube. Alam niyang darating din ang usapang ito, pero hindi pa rin siya handa, parang student na hindi nag-review para sa exam.

"Hindi naman sa ayoko, Gabby. It's just... I don't know, I feel like hindi ko pa kaya," he admitted, parang nagko-confess ng crime.

"Henry." She sighed, reaching for his hand, parang nag-o-offer ng peace offering. "Ano ba talaga ang problema? Natatakot ka lang bang mawalan ng freedom? O may hinihintay ka pang iba?"

* * * * * * * * * * *

His stomach twisted, parang nag-roller coaster. Bigla niyang naisip ang isang babae—isang babaeng matagal na niyang sinubukang kalimutan, parang password na hindi niya maalala.

Pero hanggang ngayon, hindi niya magawa. Damn it.

"I... I don't know," Henry muttered, looking away, parang guilty kid.

Gabby pulled her hand back and sighed, parang nag-announce ng sad news. "Alam mo, Henry, kung hindi ka pa ready, sabihin mo. Kasi hindi ko rin alam kung hanggang kailan ako maghihintay."

Tahimik lang si Henry. Hindi niya alam kung ano ang isasagot, parang nag-stuck sa "loading" screen.

Sa isang banda, ayaw niyang mawala si Gabby. She was perfect, and their life together was comfortable, parang favorite tsinelas. Pero sa kabilang banda, hindi niya rin alam kung kaya niyang ibigay ang hinihiling nito.

Was he just afraid of commitment? Or was there something else? Something he couldn't quite put his finger on, parang itch na hindi makamot.

25
Wala Ng Martyr Ngayon

Tahimik ang gabi. Sa isang cozy na restaurant na may ambient lights at soft jazz music, magkatapat sina Henry at Gabby. Sa pagitan nila, isang candle lamp ang naglalabas ng malambot na liwanag. Mukhang romantic, pero kabaligtaran ang atmosphere sa pagitan nila.

Hindi makatingin si Henry kay Gabby habang sinusundot-sundot niya ang steak sa plato niya. Si Gabby naman, tahimik lang, pero halata sa mukha ang bigat na gustong ilabas.

"Henry," malumanay pero diretso ang boses ni Gabby. "I need to ask you something na matagal ko nang kinikimkim."

Napatingala si Henry. Nagkatinginan sila. May kaba sa mata niya.

"Okay..." sagot niya, bahagyang kinabahan.

Huminga nang malalim si Gabby. "San ba talaga patungo 'to? I mean... tayo." Tumigil siya sandali, saka muling nagsalita, "You keep saying may plano ka, pero hanggang ngayon, parang nasa drawing board pa rin lahat."

Napatigil si Henry. Alam niya kung saan ito papunta.

"Gabby..." panimula niya, mahina ang tono. "Alam mong mahal kita. Hindi 'yon nagbabago. Pero... hindi pa ako ready. Hindi pa ito 'yung timing para mag-settle down. Gusto ko munang ayusin ang sarili ko. Career, finances—"

"Laging career. Laging finances," putol ni Gabby, pero hindi galit. Mas ramdam ang pagod. "I'm not asking you to give me a mansion or a perfect life, Henry. I just want to know if I'm still part of your future."

Tumingin siya sa kandila sa gitna nila. "Hindi naman sa pinipilit kita. Pero hindi ko rin kayang maghintay nang walang kasiguraduhan. Hindi habang panahon."

* * * * * * * * * *

Parang may humigop ng hangin mula sa paligid. Tahimik. Ramdam ang bigat.

"Akala ko sapat na 'yung mahal natin ang isa't isa," mahina niyang dagdag, may panginginig sa boses. "Pero lately, I feel like I'm running out of reasons to stay."

Henry looks down. Gusto niyang humawak sa kamay ni Gabby, pero tila may pader na namamagitan sa kanila.

"Gabby, I just don't want to make promises I can't keep. Hindi ko kayang magpakasal dahil lang pressured ako. Gusto ko, kapag ginawa ko 'yon, buo ako. Buo tayong dalawa."

Tumango si Gabby, pero may luhang pumatak sa mata niya. Mabilis niya itong pinunasan.

"Kung ganun... maybe it's time na wag ko nang hintayin 'yung araw na 'yon. Kasi baka hindi na talaga dumating."

Tumayo si Gabby, kinuha ang bag, at tumingin sa kanya huling beses. "Salamat sa dinner. Ingat ka."

At gaya ng kandila sa gitna ng mesa nila, unti-unting namatay ang ilaw ng gabing iyon sa puso ni Henry. Hindi siya hinabol. Hindi siya nagsalita. Tahimik lang siyang naiwan, habang ang jazz music ay patuloy lang tumutugtog, tila walang alam sa mga pusong unti-unting nabibitak.

26

Namangka Sa Dalawang Ilog

Sobrang traffic sa EDSA, kaya imbes na mabanas sa loob ng sasakyan, nag-decide si Henry na maglakad muna sa mall kung saan sila magkikita ng kliyente. Thirty minutes pa naman bago ang appointment, kaya perfect na para makalakad-lakad muna, uminom ng kape, at magpahangin.

Pumasok siya sa loob ng mall, suot ang simpleng gray na polo at jeans, at may dalang maliit na sketchbook. Relaxed lang siya habang naglalakad, pero sa totoo lang, may kaunting lungkot na sumisilip. Ilang linggo na rin kasing parang may distansya si Gabby. Hindi na ito gano'n ka-text agad. Busy daw palagi. Minsan, kahit nasa iisang bahay sila, parang may invisible wall sa pagitan nila.

Naglakad siya papunta sa cinema area, kasi sabi ng client, doon ang meeting spot nila. Habang naghahanap ng mauupuan, isang pamilyar na tawa ang umalingawngaw sa paligid. Maikli pero matinis. Tila narinig na niya ito dati. Napalingon siya.

At doon—parang tinamaan ng kidlat si Henry.

* * * * * * * * * * *

Mula sa madilim na entrance ng sinehan, lumalabas si Gabby. Nakangiti. Tumatawa. Hindi siya nag-iisa.

Kasama niya ang isang lalaki. Matangkad. Maporma. At higit sa lahat... magka-holding hands sila.

Biglang huminto ang mundo ni Henry. Parang nag-pause ang lahat ng tao sa paligid. Hindi siya agad makagalaw. Nakatayo lang siya, hawak pa rin ang sketchbook, pero ang mga mata niya, nakapako sa dalawa.

Bumilis ang tibok ng puso niya. Gusto niyang isipin na nagkakamali lang siya. Baka magkaibigan lang. Baka hindi 'yun si Gabby.

Pero hindi eh.

Si Gabby 'yon. Ang suot niyang light blue na blouse—yun mismo ang blouse na binili nila noong monthsary nila. At 'yung bracelet na silver—yung gift ni Henry nung birthday niya.

At 'yung tingin niya sa lalaki... hindi yun tingin ng "kaibigan lang."

* * * * * * * * * *

Habang naglalakad ang dalawa, hindi pa rin siya nakikita ni Gabby. Naglakad si Henry, dahan-dahan, parang multo. Sinundan niya sila hanggang sa may hallway papuntang exit ng mall. Doon, sa may glass doors, habang hawak pa rin ni Gabby ang kamay ng lalaki, biglang napalingon ito.

Nagkatinginan sila.

Bumitiw si Gabby.

"Henry?" tanong ni Gabby, parang biglang nawala ang kulay sa mukha.

Yung lalaki, napatingin din. Nagtataka. Halatang hindi pa niya kilala si Henry.

Naglakad si Henry papalapit. Hindi siya galit. Hindi rin siya nagsisigaw. Pero ang bawat hakbang niya, parang mabigat. Parang tinik sa lalamunan ang bawat segundo.

"Akala ko may meeting ka raw ngayon?" tanong ni Gabby, pilit na ngumiti.

"Meron nga," sagot ni Henry, malamig ang boses. "Dito rin sa mall."

* * * * * * * * * *

Isang nakakailang na katahimikan ang namayani.

Tumingin siya sa lalaki. "Ikaw ba ang meeting niya?"

Nagulat ang lalaki. "Ah, hindi po, sir. Ako si Mark..."

"Si Mark," ulit ni Henry, tumango-tango. "So... kayo na?"

Walang sagot si Gabby. Hindi makatingin ng diretso.

"Gabs?" tanong niya muli, halos bulong. Pero ang dami nang kahulugan sa simpleng tanong na 'yon.

Umiling si Gabby, pero huminga nang malalim. "Henry... sorry. I didn't mean for this to happen. Hindi ko rin alam kung paano sasabihin sa'yo. Pero... oo."

"Okay," sagot ni Henry. Isa lang. Wala nang dagdag. Wala nang drama.

Tahimik ulit. Si Gabby, nagpipigil ng luha. Si Mark, mukhang gustong lumubog sa sahig.

"Henry..." tawag ni Gabby.

Pero umiwas na ito ng tingin. Naglakad siya paalis, hindi na lumingon. Hindi niya alam kung paano niya nakayanan ang pagtayo doon, ang hindi sumabog sa harap nila. Pero nagawa niya. Dahil ayaw niyang maging dahilan ng eksena.

Habang naglalakad papalayo, napansin niyang nanginginig ang kamay niya. Pero tinikom niya ito sa loob ng bulsa. Huminga siya nang malalim.

"Ano 'to, teleserye?" bulong niya sa sarili, pilit na tinatawanan ang sariling sakit.

At kahit ang puso niya ay parang nadurog sa sahig ng mall na 'yon... hindi siya babalik.

Hindi ngayong may iba na siya.

27
Wala Karapatang Magalit

Sa loob ng maliit na café sa tabi ng mall, nakaupo si Henry sa may sulok—sa mesa kung saan may maliit na palamuting cactus at baso ng tubig na hindi niya man lang ginagalaw. Sa harap niya, bukas ang laptop niya, pero wala siyang nai-type ni isang salita. Nakatulala lang siya sa blinking cursor.

Wala siyang nararamdaman na galit. At iyon ang mas masakit.

Parang... may inaasahan na siyang ganito. Ilang buwan na rin kasing ramdam niya ang layo ni Gabby. Hindi na ito ganon ka-affectionate. Hindi na rin siya sinasabayan sa late-night coffee runs nila. Parang may laging dahilan. "Pagod lang ako, Hon," "May deadline ako," o 'di kaya'y, "May lakad kami ni ate."

Pero he never asked. Hindi siya nagtanong. Natakot siyang malaman ang sagot.

****

Napangiti siya, bitter style. "Wala akong karapatang magalit," bulong niya, habang pinaglalaruan ang stirrer ng kape.

Naputol ang pagmumuni-muni niya nang may pumasok na couple sa café—tawanan, holding hands, parang wala nang bukas. Saglit na napatingin si Henry, pero agad na umiwas ng tingin. *Ayoko na. Tama na 'to.*

Kinuha niya ang phone, tinignan ang isang email galing sa isang high-end resort na interested sa branding services niya. Isang malaking kliyente. Big break. Big opportunity.

Bumuntong hininga siya. *Hindi ako dapat malungkot.*

Pero ang totoo, ang dibdib niya, parang sinisiksik ng hindi maipaliwanag na bigat.

Nag-vibrate ang phone niya. Message from Gabby.

Gabby: *"Henry, I'm sorry. Hindi ko sinadyang masaktan ka. You deserve someone better."*

Binasa niya 'yon ng paulit-ulit, pero hindi na siya nag-reply.

Instead, binuksan niya ang notes app niya at nag-type:

"Breakups don't always need fireworks. Minsan tahimik lang. Pero yung sakit, malakas pa rin ang echo."

Pinikit niya ang mata niya saglit, saka ngumiti—hindi ng masaya, kundi ng *okay lang ako kahit hindi talaga okay* kind of smile.

Tumayo siya, sinara ang laptop, at nilakad palabas ng café. Isang hakbang. Isa pa. Parang ang bigat pa rin ng mga paa niya, pero kahit paano, tuloy ang lakad.

This time, para sa sarili ko na.

28

Wala Na Talaga

Tatlong araw matapos ang hindi inaasahang pagkikita sa sinehan, tahimik si Henry sa kanyang office. Nasa harap niya ang screen ng laptop, nakabukas ang rendering ng isang advertising design para sa kliyente, pero wala sa design ang utak niya.

Naka-loop pa rin sa isip niya ang eksenang 'yon—si Gabby, nakaakbay sa ibang lalaki, nagtatawanan pa habang lumalabas ng sinehan. Parang scene sa pelikula, pero siya 'yung naiwan sa labas ng frame.

* * * * * * * * * * *

"Boss Hen, okay ka lang?" tanong ni Jona, isa sa mga staff niya, habang may bitbit na kape.

Napatingin siya, napwersang ngumiti. "Oo naman. Maaga lang ako nagising."

"Uh-huh," sagot ni Jona, halatang hindi kumbinsido. "Kape ka muna. Baka hindi kape ang kailangan mo, pero at least... may init."

"Salamat," tangi niyang sagot habang kinukuha ang cup. Isang maikling katahimikan. Saka siya nagsalita. "Alam mo 'yung feeling na... ikaw 'yung naiwan? Na parang, habang iniisip mong okay pa kayo, iba na pala ang plano ng kasama mo?"

"Boss Hen, gusto mo ba ng ice cream? Yung mint chocolate chip na may kasamang tissue box?" biro ni Jona.

Napatawa si Henry, kahit papano. "Haaiisst! Hindi ko nga alam kung masakit ba talaga o mas nakakahiya lang. Kasi wala man lang warning, 'di ba? Wala."

"Ganun talaga, boss. Minsan, 'pag gusto ka pa nila, pupunta sila sa'yo. Pero kapag hindi na... baka nakita ka na lang nila bilang traffic lang sa daan nila."

Humigop si Henry ng kape. "Sana man lang sinabi niya. Sana man lang, ako 'yung nakakaalam, hindi ako 'yung huling-huling nakaalam."

* * * * * * * * * * *

Maya-maya, dumating ang client niya—isang young couple na kakakasal lang. Sabay silang nag-explain ng gusto nilang advertisements sa bago nilang restaurant.

Habang nagsasalita ang couple, biglang tumama ang realization kay Henry. *Ito pala 'yung gusto ko dati.* Magplano ng bahay para sa amin ni Gabby. Pero ngayon, iba na. Hindi na sila. Wala na siya.

Pagkatapos ng meeting, habang naglilinis ng desk niya, pinikit niya ang mata niya sandali. Huminga ng malalim.

"Sige," bulong niya. *"Wala na talaga. Tapos na. Move on na, Henry."*

At sa unang pagkakataon, kahit may kirot pa rin, parang may parte sa kanya na unti-unting gumagaan. Hindi pa buo, pero nagsisimula nang maghilom.

29
Bagong Kabanata

Maaga ngayon si Henry sa opisina. Kakaiba, kasi dati, kahit may kliyente na, late pa rin siyang dumarating. Pero ngayon? Siya pa ang nauuna.

Nasa likod ng malaking lamesa niya ang ilang bagong design sketches para sa resto project. Maayos ang design. Pulido ang linya. Malinis ang kulay. May direksyon. May disiplina.

Gaya ng gusto niyang mangyari sa buhay niya ngayon.

Wala na si Gabby. Hindi na siya naghahabol. At kahit masakit pa rin sa mga tahimik na gabi, napapansin niya—unti-unti na ring kumakawala ang bigat. Sa bawat araw na lumilipas, parang may nababawas na tanikala sa dibdib niya. Hindi pa lubos ang paghilom, pero may paggalaw. May pagbangon.

* * * * * * * * * * *

"Ang aga mo ah," puna ni Jona habang hawak ang tote bag na puno ng swatches. "Ikaw ba 'yan o clone mo lang?"

"Bagong ako," sagot ni Henry habang humihigop ng kape. "Post-Gabby era."

Jona smirks. "Grabe 'yung branding. Pero proud ako sa'yo, ha. Kasi sa totoo lang... 'di ko alam kung paano ka babangon after nun."

Tahimik si Henry. Tinititigan lang niya ang screen ng laptop niya, kung saan bukas ang mood board na may caption: *"Fresh Beginnings"*.

* * * * * * * * * * *

Sa labas ng bintana, may araw. Pero sa loob ng dibdib niya, kakaibang sinag ang nagsisimula na rin.

At habang iniisa-isa niya ang mga ideyang ipinapasa ng team niya, hindi niya mapigilan ang isang pamilyar na imahe na sumulpot sa isip niya.

Isang babae. May nameplate. May maamong mata. May boses na malambot pero matatag.

"Don't worry, Sir... tutulungan ko po kayong mag-fill-up."

Si Helene.

* * * * * * * * * * *

Hindi niya maintindihan kung bakit, pero sa gitna ng lahat ng nangyari, siya ang naalala niya.

Hindi si Gabby. Hindi ang sakit. Kundi 'yung isang babaeng minsan lang niyang nakilala, pero hindi niya kailanman nakalimutan.

Bakit siya biglang pumasok sa isip niya ngayon?

Hindi niya alam. Pero habang tumatagal, parang lumalakas ang kutob niyang... baka hindi pa tapos ang chapter na 'yon.

30

Meron Bang Second Chance?

Sa loob ng MADGicMedia Creatives, abala ang HR department sa pag-aasikaso ng mga aplikante para sa temporary clerk position. Maingay ang opisina—may nagchi-check ng resumes, may nag-aayos ng schedules, at may ilang aplikanteng nag-uusap sa gilid, halatang kinakabahan sa kanilang interview.

Isa sa kanila ay isang babaeng may mahaba at maayos na pagkakaipit na buhok, nakasuot ng disente ngunit lumang blouse at slacks. Mahigpit niyang hawak ang kanyang bag na tila isang lifeline.

Si Helene.

Sa kabila ng kaba, pilit siyang nagpapakatatag. Matagal na silang naghihirap ng kanyang pamilya—kulang sa pambayad sa kuryente, atrasado sa renta, at minsan, kulang sa pagkain. Kaya hindi siya pwedeng sumuko. Hindi ngayon. Hindi kailanman.

"Miss Helene Reyes?" tawag ng isang HR staff.

Napakislot siya at agad na tumayo. "Yes, po!"

* * * * * * * * * * *

Habang naglalakad papasok sa interview room, wala siyang kaalam-alam na sa di-kalayuan, isang lalaki ang natulala habang nakatingin sa kanya.

Si Henry.

Halos malaglag ang hawak niyang kape. Parang binuhusan ng malamig na tubig ang kanyang katawan.

Si Helene.

Buhay siya. Narito siya. At parang walang bahid ng alaala sa kanya.

Nanuyo ang lalamunan ni Henry. Sa dami ng taong dumadaan sa buhay niya, sa dami ng mukha niyang nakikita araw-araw, bakit siya pa? Bakit ngayon? Bakit dito?

Biglang bumilis ang tibok ng puso niya.

* * * * * * * * * * *

"Boss, okay ka lang?" tanong ni Mark, na biglang napadaan sa hallway. "Ba't parang namutla ka?"

"Haaiisst!" Napalunok si Henry. "May kailangan akong gawin."

Agad siyang bumalik sa opisina, nagsara ng pinto, at umupo sa swivel chair niya. Tinakpan niya ang mukha gamit ang mga kamay.

Mula sa isang drawer, kinuha niya ang lumang sketchpad. Dahan-dahan niya itong binuksan, hinahanap ang isang partikular na pahina.

At ayun nga.

Isang drawing ni Helene—eksakto pa rin ang malumanay na mata, ang matamis na ngiti, ang simpleng buhok na madalas niyang tinatali.

Binalikan siya ng alaala. Ang kaba niya noong unang beses siyang pumasok sa bangko para lang makita siya. Ang kilig sa tuwing siya ang teller na mag-aasikaso sa kanya. Ang lungkot nang bigla siyang nawala.

At ngayon, heto siya, parang isang himala.

O isang himagsik?

Dahil kahit papaano, naguguluhan siya. Dapat ba siyang magpakilala? O dapat ba niyang itago ang totoo?

Isang bagay lang ang sigurado siya.

Hindi siya papayag na hindi tanggapin si Helene sa kumpanya.

Pero hindi bilang temporary clerk.

Kundi bilang isang regular na empleyado.

At sisiguraduhin niyang hindi na siya mawawala ulit sa buhay niya.

31
Swerte Lang Ba?

Maagang nagising si Helene kinabukasan, puno ng pag-aalinlangan habang nakatingin sa lumang cellphone niya. Para siyang binangungot—pero imbes na bangungot, isa iyong sobrang magandang panaginip.

Na-promote agad? Kahit hindi pa siya nagsisimula?

Sinilip niya ang text mula sa HR:

> *"Miss Helene, please report to MADGicMedia Creatives, 9 AM sharp. Congratulations on your new position as Art Coordinator!"*

Napakagat-labi siya. Hindi niya alam kung matutuwa ba siya o matatakot. Totoo ba 'to? May mali bang na-type ang HR? Baka naman ibang Helene Reyes ang tinutukoy nila?

Wala siyang masyadong alam sa advertising, lalo na sa art coordination. Clerk lang ang inapplyan niya, yun lang ang kaya niya! Pero sino ba siya para tanggihan ang biyaya?

"Haaiisst! Baka naman malas lang ako dati at ngayon bumawi na ang kapalaran," bulong niya sa sarili.

Agad niyang kinuha ang pinakamaganda niyang blouse *(na medyo kupas na pero pwede pa namang ipasa bilang 'vintage')*, sinuklay ang buhok, at lumabas ng bahay nang may bagong pag-asa sa dibdib.

* * * * * * * * * * *

Sa loob ng MADGicMedia Creatives, isang lalaking tahimik na nakaupo sa kanyang opisina ang napapangiti habang pinagmamasdan ang CCTV feed.

Si Henry.

Habang pinapanood niya ang pagbukas ng pinto at ang pagpasok ni Helene sa opisina, hindi niya mapigilang matawa sa reaksyon nito—halatang overwhelmed, parang isang batang biglang ipinasok sa loob ng theme park nang libre.

“Boss, mukhang tuwang-tuwa ‘yung bagong Art Coordinator natin ah,” puna ni Mark habang nakatayo sa tabi ni Henry.

Henry smirked. “Dapat lang. Deserve niya ‘yan.”

Mark raised an eyebrow. “Uh-huh. Special recommendation from the top, ha? Hindi ka ba masyadong obvious?”

“Shut up,” sagot ni Henry, kahit na nararamdaman niyang unti-unti nang bumabalik ang kilig na matagal niyang iniwasan.

* * * * * * * * * * *

Samantala, si Helene naman ay hindi pa rin makapaniwala.

“Miss Helene, ito po ang inyong bagong desk,” sabi ng HR assistant habang itinuturo sa kanya ang isang napakagandang workstation—isang desk na malapit sa glass window, may sarili pang potted plant at bagong-bagong laptop.

Napalunok si Helene. “Uh... ito po ba talaga?”

“Oo naman, ma’am! Art Coordinator ka na po! May sarili ka pang team! Exciting ‘di ba?”

Parang gusto niyang himatayin.

“Pero... pero... hindi naman po ako graduate ng Fine Arts o Advertising o kahit ano pang related sa trabaho na ‘to.”

“Ha-ha! Eh kasi po, may special recommendation ka! Tingin ko, napansin ng mga boss ang potential mo.”

Nagkibit-balikat ang HR assistant. “Basta ang mahalaga, may trabaho ka na! Tara, let’s meet the team!”

Habang naglalakad si Helene papunta sa kanyang bagong opisina, isa lang ang nasa isip niya.

Sino kaya ang misteryosong taong nagbigay ng recommendation para sa kanya?

At bakit siya?

32

Sino si Boss?

Unang araw ni Helene sa trabaho bilang Art Coordinator, at para siyang isang estudyanteng unang pasok sa eskwelahan—excited pero kabado. Hindi niya alam kung paano niya nagawang mapasok sa trabahong ito, lalo na't wala naman siyang background sa advertising o design. Pero sa ngayon, ang mahalaga lang sa kanya ay isang bagay—may trabaho siya.

Pagdating sa opisina, agad niyang nakilala ang kanyang team—ang grupo ng mga graphic artists, copywriters, at production staff na tila mas mukhang barkada kaysa mga empleyado.

"Miss Helene, welcome sa MADGicMedia Creatives! Kami ang bahala sa 'yo!" masiglang bati ni Nina, isang copywriter na mukhang laging may baong kwento.

"Salamat! Pero... uh, paano ba ginagawa ang trabaho ko?" tanong ni Helene, sabay tawa ng nahihiya.

"Haha! 'Wag kang mag-alala, madali lang 'yan!" sagot naman ni Arjay, isa sa mga senior graphic artist. "Basta't kaya mong magbigay ng creative input sa mga designs at mag-manage ng projects, solve ka na!"

Nakahinga nang maluwag si Helene. Mukhang mababait ang mga bagong kasama niya.

****

Pero habang nagkukwentuhan sila, may isang tanong ang biglang sumulpot sa isip niya.

"Sino nga pala ang boss natin?"

Napatinginan sa isa't isa ang mga katrabaho niya bago may sumagot.

"Si Sir Henry? Hindi mo pa nakikita?" tanong ni Nina, sabay tingin sa paligid na parang may sikreto silang tinatago.

"Uh, hindi pa eh. Bakit?"

“Boss Henry is like an urban legend,” bulong ni Arjay. “Sobrang husay at successful, pero parang multo—bigla na lang susulpot, tapos mawawala ulit!”

Natawa si Helene. “Para namang spy agent?”

“Actually, medyo,” sagot ni Nina, habang kinikilig. “And sabi ng iba, sobrang guwapo daw! Pero bihira siyang makita. Kahit nga ang ibang empleyado rito, hindi pa siya nakikilala ng personal!”

“E ‘di paano siya nagiging boss kung hindi siya nagpapakita?”

“Haaiisst! Mystery guy nga siya eh! Pero kahit hindi siya madalas magpakita, ramdam mo ang presence niya dito,” paliwanag ni Arjay. “Lahat ng malalaking desisyon, siya ang may final say. At sabi nila, sobrang perfectionist. Kapag nagustuhan niya ang gawa mo, ‘yun na ang pinakamalaking achievement mo sa buhay mo.”

Habang nagkukwentuhan sila, hindi nila alam na may isang taong palihim na nakikinig sa usapan nila.

Si Henry.

* * * * * * * * * * *

Nakatayo siya sa may pintuan ng pantry, hawak ang kanyang kape, at pinapanood si Helene na walang kamalay-malay na siya mismo ang boss na tinutukoy nila.

Hindi niya mapigilang mapangiti. Kitang-kita niya kung gaano pa rin kakikay si Helene, kung paano ito tumawa at magpabebe sa harap ng kanyang mga bagong kaibigan. At kahit ilang taon na ang lumipas, hindi pa rin nagbago ang aura nito—palaging may bitbit na energy na kayang magpasaya ng kahit sino.

Pero bago pa siya mahuli ni Helene na nakatingin sa kanya, mabilis siyang umurong pabalik sa hallway.

“Haaiisst! Ang lapit ko na!” bulong niya sa sarili.

Hindi pa siya handang malaman ni Helene ang totoo.

Sa ngayon, mas mabuti nang manatili siyang misteryo.

33
Ang Misteryosong Assistant

Tatlong linggo na si Helene sa MADGicMedia Creatives, at masasabi niyang isa ito sa pinaka-maayos at pinaka-masayang trabaho na napasukan niya. Bukod sa mababait ang mga kasama niya, tila may isang mahiwagang 'guardian angel' na palaging nagbabantay sa kanya.

Noong unang linggo niya pa lang, napansin na niyang parang ang gaan ng trabaho niya kumpara sa inaasahan niya. Hindi naman sa walang ginagawa—napakarami nga! Pero sa tuwing magkakaroon siya ng problema, parang may hindi nakikitang kamay na lumulutas ng mga ito para sa kanya.

Kapag kailangan niya ng bagong sketchpad o drawing tablet? May biglang dadating na package mula sa IT department.

Kapag mali ang na-submit niyang report sa project manager? Hindi ito binabalikan sa kanya, at ang nakakatuwa, parang may invisible hand na nag-edit at nag-ayos nito.

Kapag may mahirap na campaign project na hindi niya alam kung paano sisimulan? Parang may 'divine intervention' na nagbibigay sa kanya ng best idea, kasi sa huling minuto, biglang may lalapit na co-worker para tulungan siya o may mysteriously perfect timing na briefing email na darating.

* * * * * * * * * *

"Ang bait naman ng boss natin," sabi niya minsan kay Nina habang sabay silang nagkakape sa pantry.

"Boss natin?" ngumiti si Nina, sabay taas ng kilay. "Hindi mo pa nga nakikita si Sir Henry, 'di ba?"

Napahinto si Helene. Tama nga naman. Hanggang ngayon, wala pa rin siyang personal na encounter kay Sir Henry.

Hindi ito dumadalo sa mga department meetings. Wala rin sa office celebrations. Hindi rin ito sumasali sa mga random coffee breaks.

"Wait," napakunot-noo siya. "So... sino 'yung laging nag-aalaga sa akin?"

Sa kabilang dako ng opisina, sa isang executive office na puno ng malalaking screen at high-tech monitors, isang lalaki ang nakangiti habang pinagmamasdan ang security feed.

Si Henry.

* * * * * * * * * * *

Nakatingin siya sa isang live video feed ng pantry, kung saan nakikita niyang nalilito si Helene habang pinag-iisipan kung sino ang 'guardian angel' niya sa opisina.

"Welcome back sa buhay ko, Helene," bulong niya sa sarili.

Hindi pa siya handang ipakita ang tunay niyang pagkakakilanlan. Hindi pa ngayon. Pero gusto niyang siguraduhin na magiging maganda ang experience ni Helene sa kumpanya niya.

At higit sa lahat, gusto niyang manatili siya sa paligid nito—kahit sa anino lang muna.

34
Si Miss Efficient!

Unang linggo pa lang ni Helene bilang Art Coordinator, pero para bang matagal na siyang parte ng sistema ng MADGicMedia. Sa bawat sulok ng opisina, maririnig ang pangalan niya.

"Miss Helene, may revisions po daw si client sa layout ng poster!"

"Copywriters, pakisend kay Helene ang bagong tagline draft—like, now na!"

"Helene, may nagkakabanggaan na deadlines between Art and Editorial teams, pa-coordinate pooo!"

At parang may secret superpower si ate mo. Sa isang iglap, naayos niya ang three-way traffic sa pagitan ng Art, Editorial, at Promo teams na para bang siya ang traffic enforcer sa EDSA, pero may hawak na wand imbes na whistle. Isang click dito, isang tawag doon, at boom—kalma ang buong production floor.

Dahil dito, nakuha niya ang bansag na "**Miss Efficient**." Galing kay Reggie, ang resident graphic artist-slash-office clown na laging may baong jokes sa umaga.

"Helene, girl, ikaw na talaga! Parang may built-in walkie-talkie sa utak! Ikaw lang ang kilala kong kayang magmultitask habang nagkakape!" natatawang hirit nito habang sumisimple ng drawing sa likod ng tissue.

* * * * * * * * * * *

Hindi lang galing ang meron si Helene—may charm din siyang natural. Kapag ngumiti siya, parang automatic na bumabagal ang oras sa paligid. Kaya't kahit ang mga pinakamatitigas na kalam ng office—yung mga matitikas na layout artists at taray queens ng editorial—eh parang natutunaw kapag siya na ang nagsalita. May isa pa nga, si Marge, ang dating terror sa production, bigla na lang nagsabi, "Alam mo, kung ganyan ka laging kausap, kahit deadline araw-araw, keri lang!"

Sa kabilang dulo ng opisina, nasa loob ng pribadong office si Henry, nagbabasa ng team report. Tahimik. Tila walang kaimik-imik. Pero habang binabasa niya ang parte kung saan naka-highlight ang productivity ng Art Department mula nang dumating si Helene, unti-unting sumisibol ang ngiti sa labi niya.

"Haay, Miss Efficient," bulong niya habang inilapag ang papel sa mesa. Tumayo siya, dumiretso sa mini fridge, at kumuha ng softdrinks. Pagbalik, may hawak na rin siyang isang piraso ng Bavarian donut mula sa secret stash ng mga investors—oo, pati donut may code access!

Umupo siya, sinaksak ang straw sa lata, at habang ngumunguya ng unang kagat, sinulyapan ang monitor sa gilid ng desk niya. Live feed mula sa hallway cam. Doon, kitang-kita niya si Helene, nakangiti habang kausap ang isang buong team ng layout artists. Lumalapit siya, bitbit ang project brief, sabay abot ng instruction na parang walang kapuwang stress sa mukha.

"Ang galing mo talaga, Miss Art Coordinator-slash-Company Heroine," mahina niyang sabi habang sinusubo ang huling kagat ng donut.

Napalingon siya sa monitor muli. Sakto namang natapilok si Helene sa pagkakabuhol ng wire sa sahig, pero agad din siyang nakabawi. Tumawa lang si Helene, sabay kaway sa mga staff. Wala man lang arte o inis. Natural na natural. Mas lalong humanga si Henry.

"Haaiisst..." buntong-hininga niya, may halong kilig at kaba. "Ang sarap mo panoorin."

Pero hindi niya pa rin pinapaalam na siya ang boss. Hindi pa ngayon. Hindi pa tamang oras.

Kaya ang ginagawa niya ngayon? Mag-order ng refill ng donuts. Kasi mukhang kailangan pa niya ng marami, habang pinapanood ang sariling puso na unti-unting nabibighani ulit.

35
Kape at Intriga

Alas-dos ng hapon. Oras ng pangalawang kape para sa karamihan sa mga taga-MADGicMedia. Sa pantry, may tambayan ng mga office regulars—yung tipong hindi talaga gutom pero gustong mag-break, mag-unwind, at siyempre... mag-marites.

Nandoon si Helene, bitbit ang kanyang eco-friendly tumbler na may nakasulat pang *"Kape lang ang matatag"*. Umupo siya sa tabi ng water dispenser habang iniinom ang 3-in-1 na tinimpla niya, hoping for a few peaceful minutes.

Pero hindi pa man siya nakakalahati sa unang higop, narinig na niya ang pamilyar na boses ni Karen from Promotions—babaeng palaging naka-heels kahit may baha at mahilig mag-"friendly-fake" na ngiti.

"Eh paano kaya siya na-hire agad, ha?" sabi nito habang kunwaring may kinukuhang sugar sa counter. Pero halatang naghahanap ng kakampi.

Nag-react agad si Ben, ang self-proclaimed *copywriting ninja* slash certified tsismoso ng opisina. "Oo nga, hindi nga raw graduate 'yon. Tapos Art Coordinator agad? Hmm... baka may backer!"

Napangiwi si Helene pero sinubukang ngumiti. *Kalma lang, Helene. Hindi ka pwedeng tumapak sa level ng Marites Federation*, bulong niya sa sarili habang iniikot ang kape gamit ang plastic stirrer. Kahit gusto na niyang sabuyan ng kape ang script ng usapan, pinili na lang niyang magpaka-classy.

"Siguro magaling lang talaga ako," sabay ngiti niya ng sweet, na may halong *'don't-mess-with-me'* undertone. Pero bago pa lumala ang eksena, biglang bumukas ang pinto ng pantry.

* * * * * * * * * *

Sabay-sabay silang napalingon. At doon, sa liwanag ng hallway, parang eksena sa telenovela, pumasok si **Miss Candice**—classy, confident, at laging amoy mamahaling pabango na hindi mo mabibili sa department store. Pearl earrings? Check. Black sheath dress? Check. Aura ng "I-own-shares-here-so-don't-mess-with-me"? Double check.

"Good afternoon, everyone!" bati niya, sabay lakad papasok na parang runway ang pantry. Kumuha siya ng sariling mug, nilagyan ng freshly brewed coffee *(na siya lang yata ang may access),* at saka lumingon sa grupo.

"Oh, by the way," aniya habang umuusok pa ang tasa, "kung tungkol sa kanya ang pinag-uusapan n'yo," sabay tingin kay Helene na medyo nanlaki ang mata, "ako ang nag-refer diyan."

Tahimik.

As in, pati microwave tumigil yata sa pagbeep.

"She used to assist me sa bank noon," dagdag ni Miss Candice, habang sinasahugan ng stevia ang kape. "Napansin ko agad, matalino, maayos kausap, at mabilis kumilos. Kung ako ang tatanungin, swerte tayo na nakuha siya."

Napalingon si Karen kay Ben. Si Ben, napa-ubo at muntik na masamid. Si Karen naman, napalunok ng kape at halos mabilaukan.

"Ah, ganun po ba... wow, small world," sabay ngiting pilit ni Karen, habang si Ben ay biglang naging abala sa paghalo ng creamer na wala namang laman ang tasa.

Si Helene? Hindi makapaniwala. Parang gusto niyang matawa, maiyak, at yakapin si Miss Candice nang sabay. Pero nagpigil siya. Tinakpan niya na lang ang mukha gamit ang tumbler niya, pero kahit tago, halatang pulang-pula ang pisngi niya.

"Salamat po, Miss Candice," mahina niyang sabi.

Tumango lang ang investor, sabay tapik sa balikat niya. "Just do your best. Alam kong malayo mararating mo, hija."

* * * * * * * * * * *

At gaya ng isang eksenang well-directed, tumalikod si Miss Candice, lumabas ng pantry, iniwan ang isang tray ng intriga na sabog-sabog na. Tuluyan nang natahimik ang lahat. Walang gustong mag-react. Kahit si Ben, na usually may part two ang tsika, ay tahimik lang habang nilalaro ang takip ng coffee jar.

Paglabas ni Helene ng pantry, ngiting-ngiti siya pero may halong gulat at kilig. Parang may nagbukas na pinto sa langit. *So siya pala... siya yung guardian angel kong hindi ko alam na may pearl earrings at espresso addiction!*

Samantala, sa office ni Henry, habang pinapanood niya ang buong eksena sa monitor—oo, CCTV feed sa pantry, don't judge—napapailing na lang siya habang nangingiti.

"Kape at intriga... tsk, normal na 'yan. Pero ikaw, Helene, hindi ka talaga pangkaraniwan."

Sabay tungga ng sariling kape habang tinatype ang memo: *"New coffee policy: bawal ang tsismis sa pantry. Maglagay ng donut sa halip."*

* * * * * * * * * * *

Alam na alam na ni Henry na may mga chismis nang kumakalat sa opisina mula nang magsimulang magtrabaho si Helene. Hindi na 'yan bago—sa corporate world, lalo na sa mga bored sa trabaho, mas mabilis pa sa email ang tsismis! Kahit hindi mo pa ibinubukas ang inbox mo, laganap na agad ang mga haka-haka. At bilang isang responsableng lalaki *(na minsan lang maging responsableng lalaki)*, alam ni Henry na kailangan niya itong putulin habang maaga pa—hindi lang para sa reputasyon ng kumpanya, kundi higit sa lahat, para kay Helene.

Ayaw niyang matabunan ng malisyosong tsismis ang tiwala at respeto na unti-unti nang nakukuha ni Helene sa mga katrabaho. Ayaw niyang masira ang magandang impression ng mga tao sa kanya. Siyempre, 'di rin niya kayang isipin na magmumukhang "nilakad lang" ang trabaho ni Helene—na para bang may padrino, o mas malala pa, may *sugar daddy*! Ay, 'wag naman po sana, Lord!

Kaya naman, sa sobrang determined niya (at medyo praning na rin), agad siyang lumapit sa isa sa mga pinakamakapangyarihang tao sa kumpanya—si Miss Candice, ang HR head na hindi mo gugustuhing makabangga kahit sa panaginip. Pero buti na lang, kaibigan niya ito. Hindi lang basta kaibigan—kaibigan niyang matagal na, as in college days pa, kung saan pareho pa silang broke, emo, at addict sa fishball sa tapat ng library.

Sa awa ng langit (at galing sa pagmamakaawa ni Henry), napapayag niya si Miss Candice na umarte bilang *benefactor* ni

Helene. Sa madaling salita, kunyari raw si Miss Candice ang dahilan kung bakit nakuha ni Helene ang posisyon—tipong personal referral, para walang duda ang mga marites sa opisina.

At dahil sanay na si Miss Candice sa ka-weirduhan ni Henry, hindi na siya nagtanong pa.

"Ginagawan mo na naman ako ng teleserye, Henry," ani Miss Candice habang umiinom ng kape sa opisina niyang amoy essential oils.

"Hoy, gawan mo na lang ako ng script at casting call next time, ha?"

"Basta," sagot ni Henry, sabay kindat, "'wag mo lang akong ibuking."

Miss Candice smirked and raised an eyebrow. "You're lucky you're making me rich, Henry," sabi niya habang sinisilip ang appointment calendar niya, "so your wish is my command! Pero next time, lunch na ang bayad, ha? Gusto ko ng Korean barbecue, 'yung may unlimited cheese."

Henry laughed awkwardly. "Noted po, Miss Candice. May pa-dessert pa po 'yan."

36
Secret Files

Mainit ang hapon, pero sa loob ng opisina ni Henry, mas mainit ang tension—at hindi dahil sa aircon na sumablay na naman. Nasa harap siya ng kanyang ultra-wide monitor, nakatingin sa isang folder sa desktop na may pangalan na parang code sa isang spy movie: **Project: H**.

Sa loob ng folder, hindi lang basta files ang naka-save—nandun ang halos buong digital timeline ng karera ni Helene sa MADGicMedia.

May scanned copies ng mga design drafts na siya mismo ang nag-layout at sinulatan ng *"Design A approved. Good eye, H."*

May screenshots ng email threads na kung saan siya ang nag-suggest ng solusyon sa isang rush project na muntik nang mag-cancel ang kliyente—pero naisalba niya with just one brilliant tweak.

May mga picture ng whiteboard quotes niya gaya ng:

"Kapag kulang ang oras, dagdagan mo ng diskarte!"
"Ang typo ay parang heartbreak—masakit, pero may lesson!"

At may isa pa, yung pinakapaborito ni Henry:

"Walang imposible sa may coffee at wi-fi."

Naka-save pa yun bilang *Quote_Of_The_Day_With_Side_Of_Kilig.jpg*.

Habang tinititigan niya ang files, halos matunaw na siya sa kakangiti. Para siyang proud parent, supportive boss, at hopeless romantic na sabay-sabay ang feelings.

"Ano ka ba, Henry," bulong niya habang nakatukod ang baba sa kamay. "Stalker ka na yata... pero stalker na may puso, 'di ba?"

Nagsimula na siyang mag-type ng isa pang file: *Weekly Observations*. Isang paragraph ang nilalagay niya sa bawat entry—puro papuri, analysis ng galing ni Helene, at kung minsan, kung pa'no siya biglang ngumiti sa hallway kahit pagod. Minsan din, may mga notes lang na:

"April 3 - Tumawa siya ng genuine kanina. Ang cute. Ayun, tuloy, hindi ko na naintindihan ang presentation ni Fred."

Pero bago pa siya makapag-save, *knock knock knock!*

"Bro, ready ka na ba sa investors' meeting?" sigaw ni Mark sa labas.

"Ha?! Ay oo! Wait lang!" Sigaw ni Henry, na muntik nang mahulog ang swivel chair sa gulat.

Sa panic, halos mapindot niya ang "Share Screen" button ng Zoom.

At oo nga—kung 'di lang siya maagap, baka buong investors' panel ay nakakita ng folder na may pangalan pang **"SheStillSmiles_LikeSunlight123"** ang password.

Ayun ang tunay na code red.

"Henry, focus!" sabay kurot sa sarili. *Wag kang palpak!*

Mabilis niyang minimize ang folder, sinaksak ang flash drive para sa presentation, at inayos ang sarili. Pero habang nagsasalita si Mark sa background tungkol sa agenda, ang utak ni Henry... nasa Project: H pa rin.

"Mabuti na lang 'di ako na-iskandalo!" bulong niya habang pinupunasan ang pawis sa noo. "Pero paano kung malaman niya lahat 'yun? Baka sabuyan ako ng stapler!"

Pero sa kabila ng kaba, ngiti pa rin ang nangingibabaw sa kanya. Kasi kahit super secret ang Project: H, kahit hindi niya pa kayang aminin sa harap ng babae, sa sarili niya—aminado na siya.

Hopeless na talaga siya kay Helene. At wala na siyang balak lumaya sa pagka-proud at pagkahumaling niya sa babaeng 'yun.

"Sige lang, Helene. Shine ka lang diyan. Ako bahala sa back-up mo. Sa ngayon, behind-the-scenes lang muna ako."

Sabay tungga ng malamig na tubig—hindi kape. Dahil kung kape, baka lalo lang siya kabahan at ma-leak ang buong secret folder niya sa next screen share accident.

37
Chocolate Cake Pa More

Mainit ang usapan (at tsismis, syempre pa!) sa buong opisina— may mysterious cake donor na umatake sa Art Department!

Habang abala si Helene sa paglalakad pabalik sa desk niya mula sa meeting sa Promotions, napahinto siya saglit. Sa ibabaw ng kanyang mesa, may naka-display na maliit na paper plate. At sa gitna nito—isang perfectly-cut slice ng moist chocolate cake, may topping pang swirls ng dark fudge at mini choco chips.

Pero ang pinakakakaiba? May note.

Sulit na sulat-kamay, may maliit na smiley face sa dulo:

"Para sa pinaka-mabilis at pinaka-mabait na coordinator!"

Napakunot-noo siya.

"Ano 'to? May birthday ba ko at nakalimutan ko?" bulong niya sa sarili, habang nilalapit ang ilong sa cake. *"Bango. Wait... parang galing 'to sa Chocolate Tambayan!"*

Napalingon siya sa pantry. Wala na. Ubusan na. Sobrang popular ng cake na 'yun sa office tuwing may celebration—pero mabilis pa sa chismis ang pagkaubos. Halos makipag-unahan pa minsan ang mga taga-Finance sa Production team kapag may delivery.

"Grabe naman si Candice Ma'am, pati cake alam kong gusto ko," natatawang sabi niya habang iniiikot-ikot ang note sa pagitan ng daliri.

Pero kahit pasimpleng tawa lang ang pakita niya, deep inside... kinikilig siya. Secret admirer? O baka nga si Miss Candice talaga?

* * * * * * * * * * *

Di niya alam, sa kabilang bahagi ng glass hallway, may isang lalaking sumisilip na parang ninja na may kape.

Si Henry. Hawak pa ang finger na may konting icing.

"Hindi ako marunong mag-bake... pero kaya kong mag-order sa paborito mong bakery gamit ang same-day delivery at pa-cute na note," bulong niya habang nakangiti.

Sabay lingon sa wall clock. Halos hindi na siya maka-focus. Ang totoo niyan, ilang minuto na siyang hindi kumikilos sa office, aside sa pag-stalk—ay este, pagmasid—kay Helene.

Pero ang mas nakakatuwa? Si Helene, mukhang may kakaibang enerhiya ngayong araw.

Parang naka-turbo mode sa pag-coordinate ng teams.

"Sir Arman, yung copy niyo nasa email na!" sabay send.

"Ate Jinky, ready na po ang layout. Na-resize ko na rin yung logo, promise hindi na masakit sa mata!"

"Paul, confirmed na ang shoot for Friday. Nagpa-reserve na rin ako ng prop na sinabing 'di daw pwede—pero napa-oo ko!"

At habang nililipat-lipat ni Helene ang tabs, emails, chats at calls, napapangiti siya habang kumakain ng tig-kutsarita ng cake kada break.

Isang beses, nahuli pa siyang nakatitig sa air habang ngumunguya.

"Ano 'to?" sabi niya, sabay kurot sa pisngi niya. "Helene, 'wag kang kiligin sa cake!"

Pero late na.

* * * * * * * * * * *

That afternoon, hindi lang files ang mabilis niyang na-organize, kundi pati feelings niya—though hindi pa niya fully aware.

At si Henry? Nasa office, tulalang nakatitig sa screen.

Kasi every time na naiisip niya yung ngiti ni Helene.

"Aiiieee... ako ata 'to ang kinikilig!" Control. Baka mag-leak sa meeting mo mamaya na may secret cake operation kang pinapatakbo!"

Pero hindi niya mapigilan. May something talaga sa chocolate cake. O baka... sa babaeng kumakain nito.

At ngayong alam niya na napapangiti niya si Helene kahit pa-secret lang, isang bagay ang sigurado—

Bibili siya ng cake ulit bukas.

38
Secret Daw!

Isang magandang hapon sa opisina. Ang aircon ay nasa tamang lamig, ang ilaw ay hindi masakit sa mata, at ang mga empleyado ay abala sa kani-kanilang deadlines. Pero sa hallway sa ikatlong palapag, isang almost-meet-cute na naman ang hindi mangyayari.

Papunta na sana si Helene sa Records Room, dala ang updated checklist para sa layout approvals. Naka-headphones siya, pero hindi bukas ang music. Pang-iwas lang sa small talk—busy si ate, maraming inaasikasong departments. May bitbit siyang clipboard, isang ballpen na may pompom sa dulo, at isang misyon: i-chase ang nawawalang file ni Sir Arthur.

Lumiko siya sa hallway... eksaktong lumiko rin si Henry palabas ng elevator—este, dapat sana. Pero hindi. Kasi si Henry, sa kabilang dulo ng building, kasalukuyang bumababa ng hagdanan na parang secret agent.

May suot siyang hoodie—oo, kahit summer—and shades kahit indoors. Para bang nagsa-Spy Mission: Imposibleng Makasalubong si Helene.

Habang nasa gitna ng hagdan, narinig niya ang pamilyar na yabag. Malalaki, matitigas... at may bahid ng gym shoes. *"Ay, patay,"* bulong ni Henry, sabay pakunwaring stretching sa wall.

* * * * * * * * * * *

"Bro?" sabay tapik ni Glenn sa balikat niya. "Ikaw ba 'to? Bro Henry?"

Halos matapilok si Henry. "Oh, Glenn! Ikaw pala. Hehe. Yeah, ako nga 'to."

"Anong ginagawa mo sa hagdanan? May fire drill ba? Wala namang announcement, ah." sabay turo sa lapel ID ni Henry na nakabaligtad.

"Ah, wala... ano lang... exercise lang, bro," mabilis na sagot niya habang nag-aayos ng zipper. "Out of shape na ko, eh."

Si Glenn, tumigil sa hakbang, saka tiningnan si Henry mula ulo hanggang paa. “Exercise? Eh hindi ba nung isang araw lang, pinakita mo pa sakin yung bagong PR mo sa deadlift? 200 pounds, ‘di ba? Sabi mo pa, ‘I am iron man, bro!’”

Biglang ubo si Henry. “Yun nga eh. Overtrained ata ako. Medyo may konting strain sa quads ko. Kaya... light movement lang muna. Recovery phase, bro.”

“Stairs? Recovery?” kunot-noo si Glenn. “Eh di ba mas mataas ang impact nito kaysa treadmill?”

Henry grinned. “Eh... mental recovery. Nakaka-relax kasi ang hagdan, ‘di ba?”

“Talaga lang ha?” sabay akbay ni Glenn sa kanya. “Sige na nga. Basta sa susunod, pag bigla ka na lang naging yoga instructor, ipaalam mo agad.”

Pareho silang tumawa. Pero habang paakyat si Glenn, lumingon siya sandali. Si Henry, papasok na sa side door patungong opisina niya, parang may binubuntutang invisible ghost.

Si Glenn, natigilan. “Hmm. Weird.”

* * * * * * * * * * *

Samantala, si Helene, nasa Records Room na. Wala siyang kamalay-malay sa hindi-nangyari na hallway encounter. Hinilot niya ang leeg niya habang binubuksan ang drawer.

“Haaiisst... kung hindi lang ito urgent, baka nag-kape muna ako,” sabi niya.

Sa kabilang bahagi ng building, si Henry, nagtatanggal ng hoodie habang pinupunasan ang pawis.

“Mission accomplished,” bulong niya sa sarili. *“Status: Safe from accidental kilig.”*

Pero ang puso niya?

Haaiisst... hindi nagsa-stairs ang kilig. Diretso tumatakbo, walang pahinga.

39
Salisi Member

Tahimik ang hallway sa third floor. Tipong tahimik na parang waiting room sa dental clinic—walang katao-tao, walang ingay, pero may tension sa ere. Papunta na sana si Arthur sa Board Room para sa pre-meeting rundown, dala-dala ang kanyang laptop at kape na may sobrang dalawang packets ng brown sugar.

Habang nilalakbay niya ang corridor, may biglang kumaluskos sa gilid. Sa unang akala niya, hangin lang. Pero paglingon niya sa glass partition sa may kanan—ayun na, may gumagalaw!

"Hmm?" unti-unti siyang lumapit, parang CSI investigator na may hawak na kape. Nung sumilip siya sa gilid ng frosted glass divider, nakita niya ang isang lalaking pa-simple pero halatang hindi sanay mag-sneak—dahil may bitbit pang food tray at laptop na parang pa-late sa picnic.

"Bingo," bulong ni Arthur. *"Si Boss Henry pala 'to."*

Si Henry, paakyat na sana sa mini-staircase na konektado sa likod ng private office niya. Isang step na lang, pasok na sana siya—pero napatigil siya sa boses na parang alarm ng elevator.

"Oy, Boss Henry!" tawag ni Arthur, sabay taas ng kilay. "Anong likod-likod ang drama natin diyan?"

Nataranta si Henry. Muntik nang madulas ang egg sandwich sa tray.

"Ay, Arthur!" sabi niya, pilit ngumiti. "Yung ilaw sa hallway eh... masyadong maliwanag. Nahihilo ako, pare."

Sabay hawak sa noo at hawi sa buhok na parang shampoo commercial.

Arthur squints. "Ganun ba? Eh di ba LED din yung ilaw sa office mo? Mas maliwanag pa nga, may downlight pa sa table mo. Saka may dalawang desk lamp. May sariling araw ka na nga dun sa loob, eh."

"Ah..." Nagkaroon ng mini-buffering si Henry. "Iba kasi yung ano... kelvin level. Oo. Warm white kasi sa office ko, cool white sa hallway. Sensitive ako sa... kelvin. Astigmatism vibes."

Napailing si Arthur habang iniikot ang kape sa kamay. "Kelvin level, ha? May pagka-bulb expert ka pala ngayon."

Ngumisi si Henry, pilit. "Oo naman. Lighting is life. Feng shui, ambiance, mood... you know."

Arthur nodded slowly. "I see. Kaya pala hindi ka na dumadaan sa hallway. Akala nga ng staff, ninja ka na raw ngayon. Isa pang tanong, Boss Henry—bakit hindi ka na rin dumadaan sa canteen?"

"Ah..." Henry blinked twice. "Nagda-diet na ako. Health goals. Low sodium, low fat, low chika."

"Gano'n ba?" sabay turo ni Arthur sa food tray na bitbit ni Henry—may extra rice, lumpiang shanghai, tsaka dessert na leche flan. "Mukhang low diet nga. Pang-tatlong tao 'yang dala mo, ah."

Si Henry, napatingin sa tray. "Ah... for sharing 'to. Para sa office boy... at saka sa—uhm—plantsa."

"Plantsa?"

"Plants... at saka... tsa. 'Yung tsa ng buhay ko. You know... tea. Herbal tea."

"Ha?" Arthur, napapikit sandali. "Sige na nga. Enjoy your... kelvin-sensitive lunch."

Tumalikod si Arthur, pero habang naglalakad, napapailing na lang.

"Hmm. Kelvin level daw. Plantsa. May tinatago ka talaga, no?"

Sa loob ng private office, pasimpleng sumilip si Henry sa mini-monitor. Naka-display roon ang live feed ng hallway, kung saan si Helene ay papunta na sa kabilang department, bitbit ang kanyang folder at trademark na maikling "Good morning po!" sa lahat ng madaanan.

Nagpakawala ng buntong-hininga si Henry, hawak ang kutsara ng leche flan.

"Mission successful," bulong niya.

Pero hindi niya alam—mula sa kabilang glass wall, may isang empleyadong nakaheadset na tumigil din sa paglalakad.

Napapailing siya habang papalayo.

"Si Boss talaga. Pa-'diet' pa. Eh kung kilig lang ang calorie, lampas quota na siya."

40
Canteen Chronicles

Alas-dose na ng tanghali. Lunch break, ang itinakdang oras ng kainan wars sa company canteen. Ang mga upuan punuan, ang trays sabay-sabay ang bagsak sa mesa, at ang aircon tila sumusuko na sa init ng chika.

Pero ang pinakamasarap na ulam ngayong araw ay hindi ang binagoongang baboy ni Manang Lorna, kundi ang intrigang tinimpla ng kawalan—kawalan ni Boss Henry.

"Napansin n'yo ba, guys? Ang tagal nang hindi kumakain si Boss Henry dito," bulong ni Why, ang HR assistant na laging nauunang tumikim ng free food sa mga boardroom meeting. Hawak pa niya ang lumpiang gulay na parang mic habang nakatuntong sa edge ng silya para mas marinig ng tablemates.

"Eh kasi nga daw, nagda-diet," sagot ni Candice Ma'am, investor-slash-favorite tita ng lahat. Classy pa rin kahit ngumunguya ng okoy habang pino ang pag-inom ng orange juice na may extra yelo.

"Diet daw? Ha! Eh nung isang araw nakita ko may padeliver siyang three rice meals, isang spaghetti, at may pa-extra gravy pa talaga, girl!" singit ni Jinky na kararating lang mula admin floor, may hawak pang plastic bag ng banana cue para sa merienda.

Nagkatinginan ang mga boss-friends sa table. Si Glenn, si Arthur, si Ben na hindi naman boss pero sumisingit sa group kasi may card siya sa coffee machine. Tahimik. Kunwari busy sa pagkain pero obvious—nagpoproseso ng tsismis.

"Hmmm..." sabay-sabay silang napahinto. May spark of realization. Tila may sabay-sabay silang naisip.

Pero walang nagsalita. Tuloy ang lunch. Kunyari walang napansin. Pero ngayon, bawat subo ng kanin, may kasamang tanong sa utak: *Bakit nga ba talaga hindi na nagpapakita si Henry sa canteen?*

* * * * * * * * * * *

Samantala, sa loob ng opisina ni Henry, tila may sariling mundo ang aircon—lamig na parang nasa spa. Nakabukas ang blinds pero nakatutok lang sa glass partition para masiguradong walang makakasilip.

Sa ibabaw ng desk: isang perfect lunch setup. Special set meal na galing sa paboritong restaurant ni Helene. Yung may tempura, teriyaki chicken, at salad na may sesame dressing. May matching miso soup pa sa tabi, may takip para hindi lumamig.

* * * * * * * * * *

Abala si Henry sa pag-aayos ng mga lalagyan. Pinunasan pa niya ang cover ng iced tea bottle para siguradong walang moist. Nilagyan ng maliit na note ang isang set: "For H"—pero dinikit sa ilalim ng tray para kung sakaling maabot, hindi halatang may effort.

Kinain niya ang kalahati ng sariling set, pero tinitigan lang ang isa.

"Teka, paano kaya kung may random fire drill mamaya, tapos magkasalubong kami sa hallway?" usal niya habang pinipilas ang tissue sa daliri. *"At least... parehong energy level kami."*

May mahinang tawa siyang pinakawalan. Pero may halo ng kaba. At kilig. At kabaliwan.

Kinuha niya ang phone. Binuksan ang "Project: H" folder. Tiningnan ulit ang isang screenshot ng thank-you email ni Helene mula sa isang successful promo shoot. "Salamat po, Boss Henry, sa mabilis na approval. You're the best!"

Binasa niya 'yon ng tatlong beses.

Sabay kuha ng spork. Tinikman ang salad. Sabay pikit.

"Aiiieee..." mahinang sigaw niya, hawak ang dibdib na parang natatamaan ng wasabi sa puso.

* * * * * * * * * *

Sa kabilang dako ng hallway, habang si Helene ay naglalakad papunta sa storage room, natigilan siya. Parang may naamoy siyang paborito niyang teriyaki chicken na may sesame oil.

"Ang bango naman," sambit niya, sabay tingin sa paligid. *"Parang... familiar."*

Sa opisina, si Henry napatingin bigla sa monitor. Nakita niyang si Helene ay nasa hallway.

Napakapit siya sa mesa. Nagpanic. Dali-daling itinabi ang tray. Binuksan ang laptop. Pinindot ang play button sa isang random presentation.

Pagpasok ni Helene sa glass hallway, sumulyap siya sa opisina ni Henry. Naka-back ang blinds.

Napahinto siya ng isang segundo. Napangiti.

"Hmm... parang biglang nagka-crave ako ng chicken," mahinang bulong niya.

Sa loob ng opisina, hawak ni Henry ang tissue sa ilong.

"Wag ka sanang lumiko. Wag ka sanang lumiko. Pero please... sana makita mo 'yung tray," dasal niya habang tinitigan ang screen, at ang reflection ni Helene sa salamin.

Buhay na buhay ang tanghalian.

Sa canteen—intriga.

Sa hallway—parfume ng chicken teriyaki.

Sa office ni Henry—*kilig overload.*

41
Operation: Iwasan si Helene

Nagsimula na ang phase 2 ng pinaka-komplikadong operasyon ni Henry sa buong buhay niya. Ano pa, e di, yung... **Operation: Iwasan si Helene**. Hindi na siya pwedeng magkamali. Kailangan niyang magplano ng maayos, mas creative. Dapat walang sablay. No more accidental encounters. This time, may sistemang sinusundan. At, siyempre, may planong 'color-coded path' para siguradong secure.

Ang **green tape** na pinadikit niya sa sahig ay ang "safe zone"—kung saan siya pwedeng maglakad nang malaya, tahimik, at walang pakialam. Ang **red tape**, on the other hand, ay senyales na malapit na siya sa **Art Department**—ang teritoryo ni Helene. Hindi na siya pwede magkamali, kasi kung mahuli siya na dumaan doon, malaki ang chance na magka-encounter sila. At alam na niya kung gaano kasakit ang makapag-cross path sa kanya, hindi lang dahil sa init ng katawan, kundi pati na rin sa kilig na hindi niya kayang kontrolin.

****

Habang abala si Henry sa pagpaplano ng kanyang secret mission, hindi niya alam na si Glenn, na may wild curiosity, ay nagkaroon ng idea. Habang nag-iikot sila ni Arthur sa security room, sumilip sila sa CCTV feed at natanaw nila si Henry.

"Bro, may color tape sa floor. Sino may pakana niyan?" tanong ni Glenn, halatang naiintriga.

"Ha?! Wag mo sabihin si Boss Henry?" tanong ni Arthur, mukhang hindi makapaniwala.

Tinutok ng security guard ang kanilang mga mata sa monitor. At doon nila nakita si Henry, naka-shades, may hawak na kape, at seryosong sumusunod sa green tape na parang isang undercover spy na naglalakad sa isang action movie.

"Bro, bakit siya parang ninja janitor?" tawa ni Glenn, pinipigilang hindi malakas ang tawa.

Arthur, medyo seryoso, pero may halong pagka-curious, sagot, "Ewan ko sa kanya. Parang may sarili na siyang mundo."

Kita sa mukha ni Arthur na may mga tanong siyang gustong itanong kay Henry, pero hindi na niya alam kung saan magsisimula. Paano nga ba naging ganito ka-advanced si Henry sa paggawa ng plano para iwasan si Helene? Masyado na bang tahimik at mysterious ang buhay ni Henry?

* * * * * * * * * * *

Habang sila'y nag-uusap, si Henry naman ay patuloy na naglalakad, seryosong sumusunod sa color-coded path na siya lang ang nakakaalam.

"Aiiieee, bakit ba kasi ako nagkagusto sa kanya?" bulong ni Henry sa sarili. Hindi pa siya nakakapag-concentrate ng maayos sa trabaho, kasi kung saan-saan pumupunta ang utak niya—laging bumabalik kay Helene. Hindi niya kayang alisin siya sa isipan niya, pero kailangan niyang magpanggap na hindi niya siya gusto. Kailangan niyang magsimula ng operation, or else, baka tuluyan nang mawalan ng control sa sarili.

"Bakit ba kasi kapag andiyan siya, ang hirap magpanggap?" sabi ni Henry, tapos mabilis niyang binanggit sa sarili, *"Wala, basta mission lang. Iwasan lang."*

Habang papalapit siya sa red tape na sinalubong ng doorway patungong Art Department, mabilis siyang lumiko pabalik. Pero sa kanyang isip, naglalaro ang isang tanong na hindi niya maalis: *Paano kaya kung magtagpo kami ngayon? Paano ko siya iwasan?*

Naglakad siya ng mabilis at nagpatuloy sa pag-iwas. Pero kahit anong gawin niya, ramdam niyang nagiging mas mahirap at mas mahirap ang hindi mapansin si Helene. Kasi, minsan—kailangan mo lang tanggapin na hindi lahat ng plano ay magiging successful, lalo na kapag ang puso mo ay hindi na kayang magtago.

* * * * * * * * * * *

Samantalang si Glenn at Arthur, nagsimula nang magtaka. Si Glenn, medyo natatawa, pero parang may naisip ng mas malalim.

"Psst, Arthur. May nararamdaman akong may something na... hindi ko lang alam kung anong klaseng 'something.'"

"Eh ano pa bang pwede nating gawin? Si Boss Henry, may sariling mundo na 'yan," sagot ni Arthur, habang naiisip din kung anong nangyayari sa likod ng kulay ng tape. "Pero... something's up. We just have to watch closely."

At si Henry? Tuloy pa rin sa kanyang *Iwasan si Helene* mission, pero deep inside, gusto na niyang tapusin ito. Kailangan niyang magpanggap pa, pero alam niyang, minsan, hindi na niya alam kung iniiwasan niya si Helene... o ang sarili niyang kilig na hindi na kayang itago.

Aiiieee, baka nga hindi na niya kayang ipagpatuloy ang mission na ito kung ang puso niya mismo ang may kalaban.

42
Nabiglang Dedmahan!

Akala ni Henry ay ligtas na ang ruta niya ng umagang iyon. Very confident siayng dumaan sa secret passageway papunta sa executive lounge. E, kasi, biglang nagka-traffic sa hallway. Maintenance day pala. May warning sign na "Wet Floor" at may janitor na abalang nagmo-mop habang kumakanta ng *Forevermore* ng Side A. Sa pagmamadali niyang makaiwas, lumiko si Henry sa isang pasilyo—at doon sila biglang nagkasalubong ni Helene.

* * * * * * * * * *

Parang eksena sa pelikula. Slow motion. Wind effect. May imaginary spotlight pa. Yung feeling na tumigil ang ikot ng mundo ng ilang segundo.

"Ahiii! Wrong turn!" nabigkas ni Henry sa sarili.

"Huh! S-Si Henry?" tulalang naibulong naman ni Helen.

"Sheesh, anong gagawin ko?" isip ni Henry na gustong batukan ang sarili sa kapalpakan.

Si Helene naman ay litong-lito. *"A-Anong ginagawa ni Henry dito? Sya ba talaga ito o kamukha lang?"*

Pasimple niyang inistima si Henry. *"Parang siya nga. Pero yung Henry na kilala ko...tambay lang. Pero siya, mukhang boss ang dating. Huh! Dito ba siya nagwo-work...boss ba namin siya?"*

* * * * * * * * * *

'Yung awkward silence sa pagitan nila e, humahaba na. Napilitan si Helene na maunang magsalita.

"Oh... good morning po," bigkas ni Helene, sabay yuko. Yung tipong parang bagong hire na nakabunggo ng boss.

Henry, lutang pero salamat naman at mabilis din nakarecover.

"Ah, good morning din... Miss...?" sabay kunwaring tanong, kahit halos kabisado niya pa ang bilang ng hair clips ni Helene tuwing Tuesday.

Nagkangitian silang awkward. Dahil nalagay sa alanganin, nagkunwari si Henry na hindi niya kilala si Helen.

"Oh, you must be the new employee here. Glad I can finally meet you."

Dahil nagkunwari si Henry, in-assume ni Helen na hindi siya ang dati niyang kilalang Henry the Tambay at siya si Henry the Boss.

"Glad to meet you, too, Boss," ang balik niyang bati.

Tapos, sabay lumingon sa opposite directions. Pero imbes na umalis, pareho silang umikot sa parehong direksyon—at muntik pang magkabanggaan ulit.

"Sorry po, akala ko kakanan kayo," sabay atras ni Helene.

"Ah hindi, ako dapat ang umiwas... Mauna na kayo... uhm, Miss..." pakunwaring pababa ni Henry habang halos kumakabog ang dibdib.

"Miss... Employee Number 064," sagot ni Helene bago tuluyang naglakad palayo.

****

"Haaiist! Buti na lang hindi ako nabuko!" ang nasambit ni Henry ng makapasok ito sa kwarto niya. "Pero hindi kaya niya ako nakilala. At paano na? A, basta, itutuloy ko na lang yung kunwaring hindi ko siya kilala."

Hindi naman mapakali si Helene.

"Si Henry ba yun? Bakit ibang-iba na ang itsura niya? (Sigh!) Malamang hindi nga siya yung Henry na kilala ko. Ang layo ng diperensya. Yung Henry na kilala ko, tambay at walang self-confidence. Samantalang itong si Boss Henry, super confident at very successful. Shucks, nooooo way!"

"So anong gagawin ko kapag nakasalubong ko siya ulit. A, basta, treat him as Boss. Yun na yun!"

****

Mula noon, parang may inside joke na silang dalawa. Tuwing magkasalubong sa hallway, parang laging first time. Parang mga extra sa teleserye na pa-cute lang sa background pero napapansin na nang audience, may *something* na.

Nagkaroon sila ng encounter sa elevator one morning. Dali-daling pumasok si Helene habang hawak ang folder, busy sa pag-aayos nito. Medyo napatingin siya sa katabi niya at laking gulat ng mapansing kalapit si Boss Henry.

"Good morning po ulit, Sir... Boss...," bati ni Helene na parang walang nangyari.

Henry, cool sa labas pero lagapak ang kilig sa loob. "Good morning din po, Miss... Coordinator?"

Pagbukas ng elevator sa third floor, pareho silang hindi bumaba at naiwan sa loob. Pareho silang nagtitinginan sa display panel na parang nagpapakiramdaman kung sino ang unang lalabas. Ending? Sabay silang naglakad palabas na parang hindi magkakilala. Pero pareho silang may ngiti sa labi—yung tipong hindi mo maipaliwanag kung bakit nakakagaan ng puso.

Kinagabihan, si Henry, nasa opisina pa rin, hawak ang kape at nakatingin sa CCTV feed replay. Hindi dahil sa security check. Gusto lang niya ulit makita kung paano siya sinulyapan ni Helene bago ito pumasok sa pantry.

"Caught in 4K," bulong niya sa sarili.

Meanwhile, si Helene, nakaupo sa desk, biglang natawa habang nagta-type ng report. *"Aiiieee... ano ba 'yan, bakit ba ako kinikilig sa good morning lang?"*

At sa mga susunod na araw, dumami ang ganitong eksena. Yung tipong magkausap sila sa isang meeting, pero parang strangers. Magkakasabay sa pantry, pero ang introduction ay laging "Hi po, ako nga pala si..."

At sa bawat ganitong "una nilang pagkikita," parang mas dumidikit ang koneksyon nila. Parang mas bumababa ang pader ng kunwa-kunwarihan. Kasi kahit sa larong-pretend nila, totoo na ang kilig.

43
Mainit Pero Malamig"

Maaga pa lang, mainit na ang office tsismisan. Sabi nga ni Candice Ma'am habang nagkakape sa pantry, "Alam mong may mangyayaring kakaiba kapag si Boss Henry ay naka-gel at may matching blazer. Hindi yan pang-regular na araw."

Si Why, syempre hindi rin magpapahuli. "Confirmed! May interdepartmental meeting kasi mamaya. Nandoon daw ang mga head ng bawat unit. And guess what—si Miss Helene ang magpe-present ng proposal ng Art Department!"

"Aiiieee! Face to face na 'to!" sabay-sabay na reaction ng apat pang empleyado sa pantry na tila naka-tune in sa teleserye.

Sa Boardroom, malamig ang aircon, pero mas malamig ang aura ni Henry—kunwari. Pero deep inside? Parang may fireworks sa dibdib niya habang pinapanood si Helene maglakad papunta sa harap para magsimula ng presentation. Suot ni Helene ang simpleng cream-colored blouse at dark jeans. Wala masyadong arte, pero bakit parang slow motion ang pagpasok niya sa paningin ni Henry?

"Good morning po," bungad ni Helene habang inaayos ang laptop. "I'll be presenting the updated campaign visuals for Q3 launch."

Tahimik ang room. Lahat attentive. Pero ang totoo? Lahat nakatingin sa kung paano parang tahimik na nag-uusap ang mga mata ni Henry at Helene sa bawat sulyap.

Kunyari si Henry, casual lang. Nakahilig sa upuan, hawak ang ballpen, tipong attentive boss. Pero kung may makakabasa lang ng utak niya...

"Haaiisst... paano mo nasisingit 'yung ngiting 'yan sa isang PowerPoint slide?"

Habang nagpapalit ng slides si Helene, may napansin si Why na hindi niya napigilang i-share sa katabi.

"Tingnan mo, Candice... 'pag naglalakad si Helene pabalik sa upuan, sumasabay yung tingin ni Boss Henry. Tapos pagtingin niya sa papel niya, biglang balik ang tingin kay Helene. Parang CCTV!"

"Professional lang 'yan," sabat ni Candice Ma'am habang kunot noo. "Hindi pa nga sila nagkakakilala, 'di ba?"

Napairap si Why. "Sus, 'yung 'Hi po' at 'Good morning po' na may pa-pikit na ngiti? Classic entry-level acting lang 'yan. May something 'yan, swear!"

Makalipas ang tatlong presenters, nagtawag ng five-minute break. Si Henry, tumayo at lumapit sa water dispenser. Coincidence o destiny, si Helene din lumapit sa kabila.

Nagkatabi sila. Pero syempre, kunwaring strangers ulit.

"Mauna ka na" sabay abot ni Henry sa baso ni Helene na parang knight in shining ID lace.

"Thank you po," sagot ni Helene na parang hindi siya kilala kahit ang totoo—kabado siya at baka mahulog 'yung baso sa kilig.

Biglang sumulpot si Glenn, may hawak na donut. "Uy, Boss Henry! Ang galing ni Miss Helene, 'no? Lahat kami impressed."

Ngumiti si Henry na parang sinakluban ng langit. "Ah, oo. Very... clear and engaging 'yung presentation niya."

"Parang kilala mo na siya?" tanong ni Glenn, kunwari clueless pero may halong pang-aasar.

"Ah... hindi naman. First time ko siyang makausap nang malapitan," sabay inom ng tubig ni Henry, hoping ma-drown din ang kilig sa loob niya.

Balik na ang meeting, pero iba na ang atmosphere. Halatang curious na ang mga tao. At si Henry? Nahuli ni Candice Ma'am na may doodle ng smiley face at isang name na mukhang "H" sa sulok ng notes niya.

"Aba, aba... may initials na!" bulong niya kay Why.

At si Helene, habang binabasa ang copy ng minutes, napansin niyang may maliit na post-it sa loob ng folder niya. Hindi niya alam kung paano napunta roon.

Simple lang ang nakasulat:

"Great presentation, Miss. Lalo na 'yung part ng smile mo."

Napakagat-labi si Helene. Tinakpan ang bibig, kunyari pagod. Pero ang totoo? *"Aiiieee... ano ba 'to? Parang gusto ko nang ma-meeting araw-araw!"*

44
Ahem-niversary

Damang-dama sa buong opisina ang festive athmosphere. Balloons sa hallway, streamers sa ceiling, at may photobooth pa sa may lobby na may cardboard cutout ni Boss Henry na awkward ang ngiti. Company anniversary ngayon—at hindi puwedeng hindi magpakitang-gilas ang bawat department.

Syempre, nandoon si Helene. Naka-white blouse na may gold embroidery at high-waist slacks na tila pinlantsa gamit ang laser. Classy, pero hindi OA. Sa kabilang side ng room, si Henry—fresh from the barbershop, naka-suit jacket na hindi niya karaniwang suot, at parang may pa-cologne special edition. Amoy confidence... at konting anxiety.

* * * * * * * * * * *

"Sir Henry! Dito po kayo sa VIP table," tawag ni Why, na suot pa ang novelty sunglasses kahit indoor. "Reserved 'yan for the top bosses."

"Ah, okay," sagot ni Henry, habang pasimpleng sumusulyap sa lamesang kinauupuan ni Helene—na pasimpleng sumusulyap din pabalik. Ayun na nga.

Pagdating ng program, syempre may mga speeches, may pa-raffle *(na halos lahat ng nanalo ay taga-HR, hmmm)*, at may special performance pa mula sa accounting department—isang interpretative dance na hindi maipaliwanag ng kahit sino. Pero ang pinaka-inaabangan? Ang group games.

"Okay! For our first game—Build the Tallest Paper Tower!" sigaw ng emcee. "Each team will be made up of two employees chosen randomly! Oh ha, walang reklamo!"

Si Helene, tahimik lang, chill. Hanggang sa tinawag ang pangalan niya.

"Helene Reyes... and... Sir Henry Ocampo!"

* * * * * * * * * * *

Napalingon agad si Henry. Si Helene naman, nanlaki ang mata, pero ngumiti.

"Go, Miss Coordinator!" sigaw ni Candice Ma'am. "Show him your art powers!"

"Go, Sir Henry!" sabay cheer ni Why. "Pabilibin mo si Miss Coordinator!"

Lumapit si Helene sa table kung saan nandoon ang papel, tape, gunting, at stapler. Sumunod si Henry, kunwari relax, pero halatang pawis na ang batok.

"Okay ka lang?" bulong ni Henry habang iniaabot ang masking tape.

"Okay lang po, Sir Boss," sagot ni Helene, habang pinipigil ang kilig. "Baka kasi pag nakita mong hindi ako marunong magtayo ng tower, tanggal ako sa team mo."

"Hindi. Ako pa ang tatanggalin mo sa focus," pabirong sagot ni Henry, sabay kindat ng konti.

Aiiieee! Narinig ni Helene ang sariling utak sumigaw. Kalma, girl. Kalma!

* * * * * * * * * * *

Nagsimula na silang magtayo. Si Helene, nagfa-fold ng papel sa hugis cone. Si Henry, nagtatape ng mga koneksyon. Pero ang totoo? Hindi tower ang pinagtutuunan nila ng pansin, kundi ang bawat sulyap, bawat tawa, bawat pagkakadikit ng daliri.

"Parang may teamwork na kayo agad, ah!" sigaw ni Arthur mula sa likod.

Napatingin si Henry at ngumiti. "Well, mahirap magtayo ng matibay kung walang tiwala sa partner, di ba?"

Natawa ang buong paligid. Si Helene? Pulang-pula ang pisngi, parang nagbabaga ang tenga.

"First time lang po namin magkateam," sagot niya, sabay bitaw ng kaunting tawa, pero halatang kinakabahan sa loob.

"Talaga?" sabat ni Glenn, habang hawak ang phone na tila ready mag-video. "Mukhang matagal na kayong sanay sa isa't isa. Parang dati pa kayo nagpa-practice."

"Practice po? Ay hindi po! Spontaneous po lahat 'to! Biglaan lang—like, surprise!" sagot ni Henry na para bang siya mismo na-surprise sa sariling sinabi.

* * * * * * * * * * *

Sa huli, hindi sila nanalo. May mas matangkad na paper tower mula sa janitorial team na parang may physics degree ang pagkakatayo. Pero ang audience? Wala nang pakialam. Kasi ang pinaka-highlight ng gabi ay hindi ang mga papremyo... kundi ang *chemistry* nina Henry at Helene na hindi na kayang itago.

Sa likod ng stage, habang nagsisimula nang mag-ligpit ng gamit, sabay silang naupo sa gilid ng hallway. Tahimik. Pero hindi awkward.

"Thank you, Sir," bulong ni Helene.

"Para saan?" tanong ni Henry.

"Sa pagiging teammate. Kahit parang hindi tayo dapat magkatapat sa game..."

Henry smirked. "Baka nga hindi... pero okay lang 'yun. Kasi minsan, 'yung mga hindi inaasahan... sila pa 'yung pinakanakakatuwang mangyari."

At sabay silang natawa. Hindi dahil may punchline. Kundi dahil pareho nilang alam—ang larong iyon, hindi lang basta game. Parang may bagong nagsimula. At pareho silang hindi ready. Pero pareho rin silang... masaya.

45
Elevator Ek-ek"

Lunes ng umaga. Peak hours. Parang sardinas ang lobby— lahat gustong umakyat agad, lahat nagmamadali, lahat may bitbit na kape, laptop, at stress sa mukha. Pero sa gitna ng crowd, may dalawang tao na parang slow-mo ang kilos—si Henry, at si Helene.

Parehong tahimik. Parehong kunwaring busy. Parehong nagdarasal na sana, *huwag kami magkasabay sa elevator.*

Pero syempre, dahil mapaglaro ang tadhana—*ding!* Bumukas ang elevator. At ang sumunod na pangyayari ay parang eksena sa teleserye. Nandoon na si Helene sa loob, may hawak na blueprint folder at isang tumbler. Si Henry, nasa likod niya, hawak ang phone na walang silbi kasi hindi niya mabasa ang email sa kaba. Nagkatinginan silang sandali... pero mabilis ding umiwas ng tingin. Helene faced the wall. Henry stared at the floor. Classic awkward stance.

Kasama nila sa elevator si Mang Rudy from maintenance, dalawang taga-HR, isang intern na mukhang lost, at si Candice Ma'am—na mukhang naamoy na may something sa hangin.

Tahimik. Tip-tap lang ng shoes at low hum ng elevator music ang maririnig. Si Henry, panay lunok ng laway. Si Helene, mahigpit ang hawak sa tumbler na parang buhay niya ang nakasalalay doon.

Ding—

Biglang nag-flicker ang ilaw. Kumurap ang elevator light. May tumililing.

Thud.

At ayun na nga. Huminto ang elevator. Sa pagitan ng 11th at 12th floor.

"Ha? Hala?!" sabay-sabay na reactions ng mga tao sa loob. Si intern girl, nag-gasp. Si Candice Ma'am, umayos ng upo. Si Mang Rudy, chill lang—sanay na yata.

Pero si Helene? Out of reflex, napakapit sa braso ni Henry. As in, hindi lang light touch—kapit-tuko. Nagulat si Henry. Napatingin sa kanya si Helene. Sandali silang nagkatitigan.

At doon, parang nawala ang elevator. Na-freeze ang time. Ang background music sa utak ni Henry ay naging "Can't Help Falling in Love." Si Helene naman, gusto nang bawiin ang kamay niya pero—bakit parang ayaw ng puso niya?

"Okay ka lang?" tanong ni Henry, halos pabulong, pero punong-puno ng concern.

"Okay lang po. Sorry, reflex lang," sagot ni Helene na halos bulong din. Pulang-pula ang pisngi. Parang napaso sa hiya.

"Reflex din itong kabog ng dibdib ko," bulong ni Henry sa sarili, sabay ngiti nang bahagya.

Napansin ito ni Candice Ma'am na todo radar ang mata. *Hmm. Noted.*

Makalipas ang ilang minuto, bumukas ulit ang ilaw. *Ding!* Umusad na ang elevator.

Pagbukas ng pinto, bigla silang nagkanya-kanyang labas. Si Henry, tumakbo papunta sa kabilang direksyon. Si Helene, parang sprinter sa 100-meter dash.

Pero bago pa man sila tuluyang mawala sa paningin ng isa't isa, narinig ni Henry si Why na tumikhim habang papalabas ng elevator.

"Uyyy, may napansin akoooo..."

"Shhh! Baka kilig lang 'yun," sabat ni Candice Ma'am, sabay kindat sa direksyong tinahak ni Helene.

Sa likod ng hallway, sumandal si Helene sa wall, pinikit ang mga mata.

"Aiiieee! Bakit ko siya kinapitan?! Bakit parang electric current yung braso niya?!"

Samantala, si Henry naman, nakatayo sa pantry, hawak ang isang bottled water pero hindi iniinom.

"Haaiisst! Bakit parang gusto ko ulit ma-stuck sa elevator?!"

Sa ordinaryong araw, ang elevator ay gamit lang para makaakyat. Pero sa araw na 'to, para kina Henry at Helene, naging elevator of *emotions* ito. Siksikan man, mainit, may konting malfunction—pero kung ang kapalit ay isang accidental kapit sa braso, isang legit eye contact, at isang maliit na kilig moment na hindi nila malilimutan... ay sus! Pwede na rin.

46
Awkward Pa More

Sabado ng hapon, pero parang regular workday pa rin sa loob ng function hall ng kumpanya. Balloons everywhere—gold, silver, at may pa-confetti pa sa gitna. May pa-buffet, may pa-photo booth, at syempre, may open mic. Malinaw—may birthday bash ang isa sa mga bigating boss ng kompanya. At dahil general invitation, present ang lahat—mula sa interns hanggang kay Boss Henry.

At oo, present din si Helene.

Suot niya ang simpleng floral dress na parang hindi sinasadyang bagay na bagay sa light blue na polo ni Henry. Para silang napagplanuhan. Pero hindi. At dahil nga *"kunwari strangers tayo ha?"* agreement pa rin ang drama nila, nagkakasalubong sila ng mata... pero mabilis ding umiwas, sabay inom ng kung anong may hawak. Juice. Tubig. Ice tea. Hindi na importante. Basta may mailalagay lang sa bibig habang tinatago ang kilig.

* * * * * * * * * * *

Habang busy ang lahat sa pagkain at kuwentuhan, lumapit ang emcee—si Candice Ma'am, syempre. Microphone queen ng kompanya.

"Okay everyone! Time for the birthday toast! Pero hindi ako ang magbibigay niyan. We have a surprise speaker tonight... Let's all welcome... from the Art Department... Miss Helene!"

WHAT?!

Halos malaglag ang kutsara ni Helene. Napatingin siya kay Why, na parang may alam. Ngumiti lang ito ng malisyoso.

"Ayoko na sa'yo, Why!" bulong ni Helene, pero wala na siyang choice. Tumayo siya, habang hawak ang wine glass na puno ng apple juice. Lahat ng mata, nasa kanya. Kabilang na si Henry, na kahit tinatago ang ngiti, obvious sa mga mata niya ang tuwang may halong kaba.

* * * * * * * * * * *

Umakyat si Helene sa mini stage. Huminga ng malalim.

"Hi po. Uhm... Happy birthday po kay Boss Val. Wala po akong masyadong handang speech kasi... wala naman po talagang nagsabi sa'kin na ako ang magsasalita, di ba Why?"

Tawanan ang crowd. Si Why, todo palakpak na parang proud na proud sa panggugulat.

Nagpatuloy si Helene.

"Pero seriously po, Boss Val, thank you sa inspiration, sa leadership, at sa pagiging generous. Lalo na sa pa-lechon ngayong gabi."

Mas malakas na tawa. Si Henry, natatawa rin pero hindi inaalis ang tingin kay Helene.

"Tulad ng paper tower na ginawa namin sa anniversary games," ani Helene, sabay kindat kay Candice, "kailangan talaga ng teamwork. And patience. At magic tape."

Tawa ulit. Pero biglang lumambot ang boses niya.

"So cheers po, Boss Val... to more success, more birthdays, and more... paper towers?"

Napatingin siya sa audience, at doon siya natigilan nang magtagpo ang mata nila ni Henry.

* * * * * * * * * *

Hindi na siya umiwas. Si Henry din—steady lang ang tingin, pero may ngiti na parang sinasabi, *"Ang galing mo."*

Tumango si Henry. Dahan-dahang tinaas ang juice glass niya.

"Cheers to that," sagot niya.

At doon, for the first time, wala nang harang. Walang pa-kunwari. Wala nang pader. Wala nang "Miss" o "Sir" sa tinginan. Wala nang nagmamadaling iwasan ang isa't isa sa hallway. Wala nang kulay ng tape sa sahig na sinusundan.

For that brief moment, sa gitna ng birthday party, confetti, at apple juice, nagpalitan sila ng sulyap—tunay, tahimik, pero punong-puno ng *"na-miss kita."*

Nagpalakpakan ang crowd. Bumaba si Helene mula sa mini stage habang kumakabog ang dibdib. Hindi niya alam kung mas nanginginig ang tuhod niya dahil sa kaba—o sa kilig.

"Nice speech, Helene," bati ni Arthur habang dumadaan. "May pinaghuhugutan, ah?"

"Ha? Wala, oy!" sagot ni Helene, sabay lakad palayo. Pero hindi rin niya napigilang lumingon pabalik.

At si Henry? Nakatayo pa rin. Ngumingiti.

Sa puso niya, isang boses ang pabulong na nagsabi: *"Ayoko na ng pa-cute. Gusto ko na ng totoo."*

Pero syempre, hindi pa ngayon. Hintay lang. Paunti-unti. Pero sigurado.

At habang nagsasayawan na ang iba, habang nagsi-selfie si Why kasama ang cake, habang may umaawit ng off-key version ng "Perfect" ni Ed Sheeran sa videoke corner—isang panibagong kabanata ang unti-unting bumubukas.

At ang una nitong linya?

"Cheers to more paper towers."

47
Coffee Break Break-an

Lunes na naman ng umaga at sinalubong ang buong opisina ng amoy ng bagong print na reports, faint scent ng air freshener, at siyempre, ang walang kamatayang aroma ng kape. Parang automatic na programmed ang mga empleyado—bago harapin ang baha ng emails at deadlines, kailangan munang makipagtagpo sa pinakaimportanteng tao ng umaga: si Coffee.

* * * * * * * * * * *

At sa loob ng pantry, sa harap ng coffee station na puno ng sachets ng 3-in-1, cream, at asukal, isang maikling katahimikan ang naputol.

"Hi po, kayo po pala ulit," bati ni Helene, hawak ang baso ng kapeng medyo kulang sa timpla.

Napalingon si Henry. Nakasuot siya ng light gray na polo, may bitbit pang laptop sa kaliwang braso, at coffee mug na may logo ng "World's Okayest Boss."

"Hello po," sagot niya, sabay lagay ng coffee granules sa mug. "Mukhang madalas tayong magka-'accident' lately."

"Eh kasi po, sa dami ng departments, sa dami ng tao... dito pa talaga," biro ni Helene, sabay halong ng stick sa kape niya. "Destiny? O common caffeine addiction?"

"Puwedeng both," tugon ni Henry, sabay kindat na parang hindi sinasadya.

Nagkatawanan sila. Walang pretensyon. Walang pa-cute na iwas tingin. Parang... normal. Parang dati. Parang luma nang friendship na biglang na-resurrect habang nagtitimpla ng instant coffee.

"Sino ba ang favorite mo—3-in-1 o brewed?" tanong ni Henry, kunwaring seryoso habang sinusuri ang options.

"Depende. Kung may budget, brewed. Kung petsa de peligro, 3-in-1 with two packs of sugar to feel something," sagot ni Helene, sabay halakhak.

"Haaiisst. Ako din. Pero minsan kahit walang sugar, basta may kasama lang mag-kape, solve na."

Ayun na. May pa-subtle line na si Boss.

Nginitian lang siya ni Helene. "Kaya pala may kasabihan... coffee is better shared."

* * * * * * * * * *

Bago pa sila maputol ng kasunod na user ng coffee station—si Why na may hawak pang donut at mukhang handang sumawsaw sa tsismis—nagpaalam na si Henry.

"Sige po, balik na 'ko sa desk. Baka mag-magic ang reports kung hindi ko bantayan."

"Good luck, Boss. Ipaglaban mo ang Excel," tukso ni Helene.

Kinabukasan, same time. Nandun ulit si Henry sa coffee station. Pero ngayon, nakaabang. Kunwari lang nagtitimpla. Kunwari lang naghanap ng creamer. Pero sa totoo lang, umaasang may darating.

And lo and behold...

"Uy, kayo na naman?!" bungad ni Helene.

"Wow, deja brew," sagot ni Henry.

Deja brew?! Napasinghap si Helene. "Okay, points for pun. Pero seryoso, anong oras ba break mo talaga?"

"Flexible," sagot ni Henry habang nagsasalin ng mainit na tubig. "Depende kung may ka-coffee na interesting."

"Ay wow. Ganyan pala kayo sa upper floor."

"Depende rin kung masarap ang kausap."

Napakurap si Helene. Kagat-labi. Pero tinuloy lang ang paghahalo sa kape.

* * * * * * * * * *

At sa sumunod na mga araw? Ganoon na nga ang pattern. Hindi official, hindi planado, pero halos laging sabay ang coffee breaks nila. Minsan sa pantry, minsan sa rooftop kung saan may maliit na coffee cart, minsan sa lounge area na may view ng city skyline.

“Coincidence ‘to, no?” tanong ni Helene minsang sabay silang naupo sa bench na may kasamang potted plants at whispering HR staff sa di kalayuan.

“Siguro,” sagot ni Henry, habang sinisipsip ang kape. “Pero kung ganito naman lagi ang coincidence... okay na rin.”

May sumingit bigla—si Candice Ma’am. “Aba! Coffee buddies!”

Nagkatinginan sina Henry at Helene.

“Uhm... coincidence lang po,” sabay nilang sagot.

“Oh, coincidence na araw-araw? Aba, kung ganyan din lang ang tadhana, eh di kapehin niyo na!” sabay tawa ni Candice Ma’am na parang may alam.

Habang papalayo si Candice, sabay silang natawa. Pero nang tumahimik, bumalik ang titigan.

“Next time, brewed naman,” sabi ni Helene.

“Tayong dalawa ang magtimpla?” sagot ni Henry.

“Tayong dalawa ang maghanap ng better beans,” sagot ni Helene, sabay tungga sa kape niya.

At doon, habang umiinit ang coffee... mas umiinit ang koneksyon nila. Hindi pa sila umaamin. Hindi pa nagkakalinawan. Pero sa bawat tasa ng kape, unti-unting lumalalim ang timpla ng kung anong hindi pa nila kayang sabihin nang diretso. Pero alam ng puso nila—ang kilig, hindi instant. Pero brewed. Slowly but surely, habang tumatagal, lalong sumasarap.

48

Sekretong Alam Naman Ng Lahat

Sa dami ng empleyado sa opisina, sa dami ng deadlines, reports, PowerPoint presentations, and printer jams, may isang bagay na tila mas matunog kaysa sa printer na ayaw mag-print ng tama: ang alingasngas tungkol kina Boss Henry at Helene.

At ang nakakainis—este, nakakatawang parte? Wala namang umaamin. Pero kahit walang salita, *ang kilig nila, parang may sariling department—loud and active!*

* * * * * * * * * *

Magsimula tayo sa panig ng mga marites. Nasa pantry, sa gitna ng pagkain ng cheese bread at pagpapainit ng leftover kare-kare, sumingit ang tanong ni Joanna, ang queen of unsolicited curiosity.

"Ate Helene, question lang po... kilala mo ba si Boss Henry dati pa?"

"Ha? Ay, hindi po," sagot ni Helene habang abala sa pagtimpla ng 3-in-1. "Pero mukha siyang mabait, 'no?" sabay kindat na parang may kasamang sound effect ng *ding!*

"Hmm," sabay nguso ni Joanna. "Ewan ko sa'yo, Ate... ang bilis ng eyeball nyo sa hallway 'nung isang araw. Akala mo reunion ng lovers sa teleserye!"

"Grabe ka naman, hanggang sa eyeball napapansin mo na," tawa ni Helene. "Next time magdala ka na ng clipboard at i-record mo na rin oras at location."

"Kung ako sayo, Ate, maghanda ka na ng statement. Kasi sa dami ng nakakakita sa inyo ni Boss, baka i-schedule na kayo sa next company event bilang special guest."

* * * * * * * * * *

Samantala, sa kabilang floor—sa opisina ng mga top bosses, habang abala si Henry sa pagtingin ng project timelines—walang pasintabing dumaan si Arthur.

"Uy, Boss."

"Hmm?" sagot ni Henry, di man lang lumingon.

"Napansin ko lang... parang comfortable ka masyado kay Helene, ah. Parang... dati mo nang tropa."

Napatigil si Henry. Kumuha ng baso. Nilagyan ng tubig. Uminom.

Isang baso lang 'yon, pero parang pang-FAMAS level ang acting—kunwaring uhaw pero halatang nataranta.

"Magaling siyang coordinator. Madali siyang kausap," sagot ni Henry, pilit na kalmado ang tono.

"Ahhh ganun?" sabay tango ni Arthur, pero 'yung tango na may kasamang *ah-ha-you-can't-fool-me* vibes.

"Hindi, seryoso, okay siyang ka-trabaho. Professional."

"Sure ka?" tanong ulit ni Arthur, ngayon medyo mas lumapit pa.

Henry just nodded. Pero pansin ni Arthur, 'yung tenga ni Henry... *pula.*

* * * * * * * * * * *

At hindi lang si Arthur ang may pakiramdam. Si Glenn, si Why, si Candice Ma'am—lahat parang nagkaroon ng sixth sense pagdating kina Henry at Helene.

Minsan, habang nasa conference room si Helene at si Henry sa kabilang dulo, biglang nagsalita si Candice Ma'am habang nakatingin sa whiteboard.

"Ano kayang tawag sa dalawang taong obvious na may something pero ayaw umamin?"

Sagot ni Why, habang nagtutupi ng kape stick, "Denial Department heads po yata."

Tumawa ang lahat. Maliban kina Henry at Helene na parehong ngumiti... pero parehong hindi makatingin sa isa't isa.

Sa susunod na araw, habang inaayos ni Helene ang mga props para sa presentation ng marketing team, may lumapit na messenger.

"Ate Helene, may pinapaabot si Boss Henry," sabay abot ng sticky note.

Nakalagay: *Need extra markers for meeting. Please bring if available. TY.*

Simple, diba? Pero sa likod ng note, may drawing ng smiley face... na may buhok. At eyeglasses. *Mukhang siya 'yon!*

Si Helene, hindi alam kung matatawa o mahuhulog sa silya. Ang ending? Kinagat ang labi, ngumiti, sabay bulong sa sarili:

"Haaiisst. Pa-cute si Boss."

* * * * * * * * * * *

Hindi pa man inaamin, pero ang buong opisina—mula HR, IT, hanggang janitor—tila may silent poll na: *Sino na lang ang unang aamin?*

Kasi kung totoo mang may sikreto pa silang tinatago, eh obvious na hindi na ito secret. *Not-so-secret secret na nga, 'di ba?*

At sa bawat tinginan, bawat ngitian, bawat sabay na coffee break o meeting, tila bang sumisigaw ang hangin ng:

"Aaminin n'yo rin yan, mga besh! Wag niyo kaming pina-paasa!"

Pero sa ngayon, pareho pa rin silang nagkukunwaring wala. Wala raw. Wala talaga.

Pero 'yung sulyap? 'Yung kilig?

Grabe. Kitang-kita sa CCTV, sa whiteboard, at sa puso ng lahat.

49
Excuse Me, Miss Coordinator

Simula na naman ng linggo at tulad ng dati (dahil summer) mainit at sobrang alinsangan ng panahon. Pero, kwidaw, mas mainit ang tsismis sa buong opisina. Sa hallway ng third floor, naroon na naman si Henry—suot ang signature shades niya, pero ngayon, wala na ang green and red color-coded tapes sa sahig. Wala na rin ang ninja moves. Wala na ang liko sa kaliwa, atras sa kanan, silip sa kanto. Bakit kamo?

Kasi iba na ang game plan ni Boss Henry.

Ito na ang tinatawag niyang *Phase 3: Opisyal na Palusot.*

* * * * * * * * * * *

Kanina pa siya paikot-ikot sa department ng creatives, kunwari may hinahanap. Ang totoo, si Helene lang naman ang "missing file" niya.

At ayun na nga—nakatayo si Helene malapit sa photocopier, busy sa pagsasaayos ng mga mockups. Naka-side ponytail siya ngayon, at may hawak na stapler na parang weapon ng isang bihasang commander.

Lumapit si Henry. Maayos ang suot na polo, pero halatang nervous ang stance. Pero hindi siya nagpapahalata. Smooth kuno.

"Excuse me, Miss Coordinator," bungad ni Henry na may bahid ng pilyong ngiti.

Napalingon si Helene, kunwaring nagulat.

"Sir?" tugon niya, kunwari seryoso, pero hindi maitago ang konting pilit na pigil-ngiting expression.

"May I request a report... kahit wala naman akong kailangan?"

Napataas ang kilay ni Helene.

"Report po? Anong klaseng report?" tanong niya habang inaayos ang hawak na folder.

"Uhm... kahit overview lang ng... creativity." sabay turo sa random papel sa mesa.

Ngumiti si Helene. "Creativity po? Abstract 'yon, Sir. Gusto niyo po ng chart na colorful o may stickers?"

Napakamot sa batok si Henry. "Pwede rin pong may stickers. Mas effective sa analysis."

Humalakhak ang mga officemates sa likod na nakikinig pala sa harutan—este, "official work exchange" nila.

"Sir, gusto niyo rin po ba ng sticky notes? May free drawing ako sa likod," dagdag pa ni Helene, sabay labas ng post-it. Sa likod? May doodle ng isang stick figure na may shades. *Obvious kung sino.*

****

Maya-maya, habang pauwi na si Henry, may iniabot si Helene sa kanya—isang simpleng folder.

"Sir, ito po 'yung requested report niyo," aniya, walang bahid ng kilig sa boses pero 'yung mata... ay, nagliliwanag!

"Ah, salamat Miss Coordinator," sagot ni Henry, kunwaring cool pa rin.

Pagbalik niya sa opisina, agad niyang binuksan ang folder. Nandoon ang mga mockups at layout samples, pero may nakasingit na note.

Sa girly handwriting, may nakasulat:

"Try mo kayang 'wag magkunwaring di mo ako kilala. Kahit today lang. – Helene"

Napahinto si Henry. Tumingin sa kisame. Tapos napangiti. Hindi lang basta ngiti—'yung tipong *napalunok, kinilig, tapos parang gusto nang mag-cartwheel sa gitna ng opisina* na klase ng ngiti.

Tumayo siya. Walang kaabog-abog. Tinanggal ang shades. Iniwan sa mesa.

At tumungo siya palabas ng office. Hindi sa backdoor. Hindi rin sa likod ng elevator shaft o fire exit.

Hindi na siya dumaan sa likod.

Dumiretso siya sa harap.

At doon—sa gitna ng hallway, sa harap ng maraming mata—nakita niya si Helene na papalapit din.

* * * * * * * * * *

Nagkatinginan sila. Hindi na 'yung tingin na kunwari lang. 'Yung totoo na. Walang palusot. Walang "Miss" o "Sir."

Si Helene, ngumiti.

Si Henry, ngumiti rin. Mas malaki.

Naglalakad sila pareho papunta sa isa't isa. Hindi nagmamadali. Hindi rin alanganin.

Sa pagitan nila, ilang metro lang ang layo—pero ramdam mo na ang kuryente sa ere, parang may slow-mo effect pa, at sa background, maririnig mo ang *"Aaaaïeeeeee! Mga beeeeshh!!"* na internal scream ng buong opisina na nagmamasid.

Pagdating sa gitna, bahagyang yumuko si Henry at bumulong.

"Hi. Ako nga pala si Henry."

Ngumiti si Helene. "Hi. Ako si Helene. Parang matagal na tayong magkakilala, 'no?"

Tango si Henry.

"At parang ang dami na nating kwento... kahit hindi pa natin napag-uusapan," dagdag ni Helene.

Napangiti si Henry, sabay abot ng sticky note mula sa bulsa niya—'yung may doodle ni Helene.

"May free drawing din ako," aniya.

At sa hallway na 'yon, sa gitna ng maraming opisina at marites, hindi na sila nagkunwari.

Hindi pa man sila umaamin nang tuluyan sa lahat, pero sa kanila, sapat na ang isang sulyap, isang ngiti, at isang folder na may lihim na mensahe para malaman nila:

Ay, teka... hindi na ito palusot. Totoo na 'to.

50
Bodyguard O Guard D Body?

Akala ni Henry ay smooth sailing na ang lahat. Ha, d'yan siya nagkamali. Hindi niya naanticipate yung regular rotation na mga coordinators sa ibang department.

At guess what? Naka-assign si Helene sa IT at Finance departments.

At guess what ulit?

Nalaman 'to ng buong male population sa opisina.

At ang effect?

Super excited at nagbubunyi ang mga ito!

* * * * * * * * * * *

Para silang mga langgam na naamoy ang matamis. At si Helene? Ang honey-glazed donut na naka-side ponytail at may ngiting nakakabuhay ng patay.

Sa pantry pa lang, andami nang eksena.

Unang lalake: "Helene, kape? Fresh brew. Ako nag-timpla, medium roast, parang ikaw—sakto lang ang tapang."

Pangalawang lalake: "Tubig na may lemon? Mas healthy. Para fresh ka palagi. Parang ngayon."

Pangatlo: "Helene, gusto mo ng footrest? May dala akong portable, ergonomic. Pang-queen, bagay sa'yo."

Nag-blush si Helene. Hindi niya alam kung matutuwa ba siya o matataranta. Sa totoo lang, parang contest ng "Mr. Employee Crush ng Bayan" sa harap niya.

* * * * * * * * * * *

Mula sa malayo, nasa hallway si Henry—hawak ang isang stack ng folders pero hindi mapakali. Sumisilip mula sa glass wall ng pantry.

At nang makita ang tatlong lalaki na halos magsayaw ng tinikling sa harap ni Helene, tumigas ang leeg niya.

"Haaiisst!" sabay kalampag ng folders sa mesa. *"Hindi pwede 'to!"*

In less than ten seconds, lumusob siya sa pantry, parang SWAT na walang body armor.

"Helene! May tumapon na latte sa conference table—hazard 'to, kailangan ka namin ASAP!" sigaw niya, halos mag-echo sa loob ng buong opisina.

Napalingon ang lahat.

Pati si Helene, nagulat. "Latte?"

Si Arthur, na tahimik lang na nagkakape sa gilid, napataas ang kilay at bumulong: "Latte? Sa third floor? Eh wala naman tayong coffee machine doon, 'di ba?"

Pero Henry was already pulling Helene by the arm, halatang wala nang preno sa dramatics niya.

Pagkalabas nila ng pantry, iniwan ang tatlong binatang mukhang na-flat tire sa biglaang rescue operation.

* * * * * * * * * *

Sa opisina, nagsimula na ang bulung-bulungan.

"Si Boss, napapansin n'yo ba 'pag kay Helene? Parang... grabe 'yung eye-roll niya 'pag may naliligaw sa cubicle ni girl."

"Oo nga, tsaka 'pag may pasimpleng chat kay Helene, bigla siyang lumilitaw. Parang may built-in radar."

"Parang may something. Pero parang wala rin. Labo ni Boss lately."

* * * * * * * * * *

Meanwhile, sa POV ni Helene...

Napapahawak siya sa noo habang inaayos ang report na hindi naman talaga kailangan sa conference room.

"Bakit ba parang bigla siyang naging clingy? Pero 'pag nagkausap kami, parang... wala lang. As in boss-mode lang."

Napatingin siya sa salamin sa hallway habang naglalakad.

"Si Henry ba talaga 'yon? 'Yung Henry na nakilala ko dati? O nagkakamali lang ako?"

Napabuntong-hininga siya. *"At kung siya nga... bakit parang walang feelings? Ako lang ba 'tong confused?"*

* * * * * * * * * * *

Maya-maya, biglang sumulpot si Arthur sa gilid niya, may hawak na ballpen na may nakasabit pang sticker ng cartoon panda.

"Helene, need mo ba ng ballpen? Mas smooth daw 'to magsulat, lalo na sa mga taong gustong isulat ang pangalan ng special someone nila sa tissue."

Napatawa si Helene. "Grabe ka, Sir Arthur!"

Ngumiti si Arthur. "Sige lang. Practice-practice lang muna. Malay mo, dumating din ang moment."

At habang umaalis si Arthur, sumulyap siya kay Henry na naka-kunot-noo sa mesa. Tapos pabulong na sinabi:

"Guard the queen, Henry. Before someone else becomes her king."

At doon, muling napaisip si Helene habang nakaupo sa cubicle. Humawak siya sa mug niyang may drawing ng stick figure with shades. Ngumiti siya ng konti.

"Ang weird mo, Boss. Pero bakit parang gusto ko na 'yang weird na 'yan araw-araw?"

51

May Aayaw Ba Sa Free Lunch?

Ting! Lunch break na naman! Maaliwalas ang langit, pero mas maaliwalas ang ngiti ni Helene habang bumababa sa elevator, bitbit ang kanyang maliit na handbag. Wala siyang ka-ide-idea na sa loob ng ilang minuto, mapapasabak siya sa isang lunch date na parang sinulat ng scriptwriter ng *teleseryeng may pa-violinist.*

"Uy, Helene, kain tayo later?" tanong ni Nico, team leader ng Logistics, nung isang araw pa.

"Sure! Group lunch ba 'yan?" sagot ni Helene, habang tinatapos ang spreadsheet niya.

"Yeah, yeah. Basta casual lang."

Ngayon, habang papasok siya sa cafeteria, medyo nagtataka siya. Wala siyang nakikitang ibang tao sa reservation area. May red tablecloth, flower centerpiece, at... teka, violin music?

Nico, naka-long sleeves na parang pupunta ng kasal, kumaway.

"Hi, Helene! Over here!"

Napakagat-labi si Helene. *Oh no. Hindi pala team lunch 'to... date 'to?!*

Pag-upo niya, biglang lumapit ang isang lalaki, may bitbit na violin at nagsimulang tugtugin ang *"Perfect"* ni Ed Sheeran.

"Uhhh... Nico?" bulong niya.

"Surprise! Thought we could eat... elegantly," sabay kindat ni Nico.

* * * * * * * * * * *

Meanwhile, sa opisina, si Arthur ay palinga-linga sa HR portal. May big news.

"P're," bulong niya kay Henry. "Nagla-lunch si Helene kay Nico. Alone. May pa-musician pa."

Para bang sinapian ng adrenaline si Henry. Halos mapunit ang collar ng polo niya sa pag-adjust.

"Haaiisst! Hindi pwede 'to! Kailangan ng... operation."

In just five minutes, may announcement na lumalabas sa internal speakers:

"Attention: Surprise mandatory security drill will commence in three minutes outside the cafeteria. All employees are advised to calmly evacuate and follow the marshals. This is not a drill. I mean... it is a drill."

Lahat ng tao sa cafeteria, nagtitinginan. HR head, si Miss Denia, nagtaas ng kilay. "Anong security drill 'to? Wala naman 'to sa schedule?"

Arthur biglang sumulpot.

"Miss Denia, may issue po yata sa biometric system... baka gusto n'yo pong i-check sa labas?" sabay hatak sa kanya papalayo.

Habang nagkakagulo, lumitaw si Henry—bitbit ang fire extinguisher na mukhang hiniram pa sa janitor's closet.

"Excuse me po, table 4! May napansin lang po kaming maliit na usok sa bandang ilalim ng mesa. Minor lang po, pero as protocol, kailangan naming i-evacuate ang area. Miss Helene, safe muna tayo sa labas."

"Ha?!" gulat ni Helene, pero hindi mapigilang tumawa. "Fire? Seryoso ba 'to?"

Si Nico, hindi mapakali. "Wala namang usok, ah?"

Henry, pa-panic ang acting. "Precaution lang. You know, safety first. Ayokong may mangyaring masama sayo—ay, sa inyo pala. Sa inyo lahat."

Nakahawak na si Henry sa siko ni Helene, palihim na hinahatak palayo habang nagpapanggap na may iniinspeksyon sa ilalim ng mesa.

* * * * * * * * * * *

Paglabas nila ng cafeteria, napahagikhik si Helene.

"Ano ba 'to... coincidence lang ba na lagi siyang biglang sumusulpot pag may kausap akong guy?"

Napatingin siya sa profile ni Henry habang abala ito sa "inspection." May konting pawis sa noo, pero determined ang mukha.

"Or... is he watching me?"

Napangiti siya. *Weird, pero bakit parang gusto kong... bantayan niya ako?*

52

Admirers Pa More

Wow ang dating ng araw na ito sa office, specially in the morning. Kumakanta pa ang mga ibon sa labas ng bintana ng Design Department—well, baka imagination lang 'yon ni Helene dahil good mood siya. Nakangiti siyang pumasok sa workstation niya, pero biglang napahinto.

Nasa mesa niya ang isang pink na sobre. May maliliit na glittery heart stickers sa gilid, at nakasulat sa harap: *"To: Miss H, the girl with the sunshine smile."*

"Ha?" bulong niya sa sarili.

Binuksan niya ang sobre at unti-unting sumilip ang papel na punong-puno ng cheesy pero nakakakilig na linya:

"Sa tuwing dumadaan ka, parang may theme song ang puso ko."

"Kung floor plan ka, gusto kitang pag-aralan buong araw."

"I may be just another guy in the office... pero ikaw lang ang gusto kong ka-meeting forever."

"Aiiieee!" tili niya sa loob-loob. Pero mabilis din siyang lumingon sa paligid. Walang trace kung sino ang naglagay. Walang CCTV sa area, at parang lahat busy. O nagpapaka-busy?

* * * * * * * * * * *

Sa kabilang dulo naman ng department, eto si Henry na kalalabas lang ng glass office. Hawak niya ang kape, chill sana ang umaga—hanggang sa mapansin niya si Helene, masayang nagbabasa ng something habang pinapahid ang glitter sa mesa niya.

Ano 'yan? Love letter? Sino namang matinong lalaki ang gumagamit ng glitter? Napatigil siya. Napakunot-noo. Parang may nahulog na pader sa dibdib niya.

Sa sobrang gulat, hindi niya namalayang na-overfill niya ang kape at napaso ang daliri. "Awww! Mainit pala."

Nagmadali siyang bumalik sa opisina at nagbukas ng laptop. At doon siya nagsimulang gumawa ng—drumroll please—**official memo**.

====================

[Official Memo #143A]

Subject: **Clean Desk Policy Update**

Effective Immediately

No unauthorized decorations or personal items on desks.

No heart-shaped stickers, glitter, or scented paper.

No anonymous letters unless endorsed by HR.

Love is not an excuse for mess. Thank you.

====================

Pagkabasa ni Helene ng memo sa email, napataas ang kilay niya. Kasabay pa nito ang isang physical copy na ipinasa ng admin assistant, may naka-staple pang reminder note.

"Siya kaya 'yon? Jealous ba siya? O nagiinarte lang talaga siya bilang boss?"

Tiningnan niya ang glass office. Si Henry, kunwaring busy sa laptop, pero panay ang sulyap sa kanya.

"Haaiisst, ang labo mo, Boss."

* * * * * * * * * *

Sa pantry, nagkita sina Arthur at Henry. Tumikim si Arthur ng crackers habang nakatingin kay Henry.

"Tol, nakita ko yung memo mo. Grabe ka, may glitter ban? Baka gusto mo na ring ipa-lock yung feelings mo sa cabinet."

Henry, halatang defensive.

"Professionalism lang, okay? Ayoko lang ng clutter."

"Clutter daw," sabay lagok ni Arthur ng kape. "Kung ayaw mong maagaw si Helene, baka gusto mong sabihan siya ng hi instead of memo?"

Napakamot ng ulo si Henry.

"Huwag kang mag-imbento. Tsaka hindi naman ako—"

"Oo nga, hindi ka seloso. Professional ka. Professional na seloso."

* * * * * * * * * * *

Kinabukasan, isa na namang anonymous note ang natanggap ni Helene. This time, may kasamang mini chocolate bar na may nakasulat sa wrapper: *"You're sweet like this."*

She giggles.

Pero paglingon niya, nakita niya si Henry sa pintuan. Hindi nakatingin—pero obvious na naninilip.

Haaiisst... kung siya 'to, sana sabihin na lang niya. Kung hindi siya... bakit siya affected?

Ngayon, hindi na lang ang desk ni Helene ang punong-puno ng glitter—pati ang puso niya, napupuno na rin ng tanong... at kilig.

53
Problema Sa Elevator At Puso

Morning rush hour and as usual, ang mga empleyado ay nag-uunahan para ma-beat ang bundy clock ***(syempre para hindi ma-late),*** at puno na ng energy ang opisina. May meeting sa fourth floor, may audit sa finance, at may fire drill sa warehouse. In short: organized chaos.

Si Helene, naka-headset habang hawak ang clipboard, paakyat sana ng sixth floor para mag-coordinate sa engineering team. Timing din na sumabay si Rico—isang suave na engineer na laging amoy imported na pabango at mahilig magpa-cool kahit walang aircon.

Pagpasok nila ng elevator, medyo awkward sa una. Hanggang sa...

Tug!

Biglang tumigil ang elevator. Sandali lang, pero sumabay ang pag-dim ng ilaw. Tapos... may music? Romantic instrumental version ng "Can't Help Falling In Love" tumutugtog mula sa phone ni Rico.

"Ooops," sabay ngiti si Rico habang mabilis na nilagay sa pocket ang phone. "Autoplay... hehehe."

Napakagat-labi si Helene. *Okay, awkward...*

"Don't worry," dagdag pa ni Rico habang pinapahiran ang pawis niya. "Kung may kasama kang ma-stuck sa elevator, ako na 'yon, di ba?"

Helene forces a laugh. "Hahaha... wow. Ang confident mo naman."

"Gano'n talaga 'pag alam mong hindi ka madaling kalimutan."

Haaiisst, ano 'to, pick-up line fest? Iniikot ni Helene ang mata habang bahagyang natawa.

* * * * * * * * * * *

Sa kabilang bahagi ng building, nasa gitna ng report review si Henry nang may marinig sa intercom.

"Attention: Elevator 2 temporarily unavailable due to technical glitch. Pasensya na po."

Elevator 2? Si Helene ang sumakay dun ah!

Bago pa makapigil si Arthur, binitawan na ni Henry ang report, tinanggal ang ID lanyard, at humarurot palabas.

"Hoy! Boss, san ka—?!"

Hindi na siya sinagot. Eight floors. Walo. Paakyat.

* * * * * * * * * * *

Hingal. Pawis. Hagok.

Pagdating niya sa sixth floor, nakita niya ang maintenance crew na sinusubukang buksan ang elevator. Pero hindi na siya nagpatumpik-tumpik—kinuha niya ang master key na nakatago sa control box *(kasi siyempre, boss siya)* at siya na mismo ang nagbukas ng pinto.

Pagbukas niya...

"Ah, ayos lang kayo? Helene, okay ka lang? Baka na-trauma ka?" hingal na hingal niyang tanong. "Gusto mo samahan kita papunta sa clinic?"

Si Rico, kalmado lang. "Wala namang problema, Boss. Na-stuck lang saglit. Chill lang kami ni Helene."

Ngumiti si Helene, half-amused, half-confused. "Hindi na kailangan ng clinic, okay lang ako. Pero... salamat, Boss."

Bakit ganun? Concerned siya... pero parang hindi niya gustong aminin?

* * * * * * * * * * *

Sa opisina, fast as chismis travels, mabilis ang bulungan ng interns sa pantry.

"Alam mo ba si Boss Henry mismo ang nagbukas ng elevator?"

"Ha? Hindi ba may maintenance team?"

"Wala! Siya talaga! Pawis na pawis pa daw. Parang superhero sa elevator!"

"Si Boss Henry ba... secret security detail ni Miss Helene?"

"Secret admirer, feeling ko."

"Or... both!"

* * * * * * * * * *

Habang naglalakad pabalik sa desk niya, napaisip si Helene.

Si Henry ba 'to? 'Yung dati kong kilala?

Bakit parang pa-cool pero sobrang protective?

O ako lang ba ang nagi-imagine ng lahat ng 'to?

* * * * * * * * * *

Pero sa puso niya, hindi siya sigurado kung elevator lang ba ang na-stuck... o pati na rin siya.

54
Nadulas Papunta Sa Bisig Ko

Although inaantok ang karamihan, as a whole, ang buong opisina ay abala sa kanilang company breakfast buffet. Puno ng mga bagong buhay na gising ang lugar, maliban kay Helene, na mukhang hindi pa nakaka-recover sa kakabukas lang na email notifications at mga chat messages.

Habang bitin pa ang tulog, hawak niya ang tray ng pagkain—isang itlog, pandesal, at tsaa—nagmamadali na pumili ng mesa. Nangingiti na lang siya habang tinitingnan ang food spread na talagang napakasarap. Pero, biglang—*slip!*

Oh no! Nag-slide ang sapatos niya sa basa at madulas na sahig, at para siyang napapabalikwas sa ere. Para siyang nasa isang action movie, ang mga mata ni Helene ay nakatingin sa harap ng tray ng pagkain niyang parating matutumba, at ang mundo ay tila dumaan sa slow motion.

Pero, sa huling segundo, *BAM!*

Bago pa man siya tuluyang malaglag, may isang matipunong kamay na sumalalay sa tray ng pagkain at may isang matibay na kamay na tumulong sa kanya.

"Ayy!" si Henry, biglang dumating mula sa wala at nailigtas siya sa malupit na pagkahulog. Ang tray niya ay ligtas na nakalutang sa kamay ni Henry, at siya mismo ay nakahawak na ng matibay sa braso niya.

"Wow, Boss. Catch of the day!" tumawa si Arthur mula sa likod, dalawang hakbang na huli sa eksena.

Si Henry, parang walang nangyari, ay nag-shrug lang ng balikat at pinakawalan ang isang cool na ngiti. Pero si Helene, medyo nag-blush na nagmamadaling tumawa.

"Grabe, salamat po, Sir. Naka-save kayo ng itlog ko."

Napangiti si Henry pero pinigilan ang sarili na maging too obvious. "Walang anuman."

Habang sinubukang iwasan ang pansin ng iba, hindi pa rin napigilan ni Arthur ang mag-eksena. "Walang-wala sa agenda ang 'Egg Rescue Mission,' ah."

Halos magtawanan na lang lahat, pero ang pinakabigat na nangyari—hindi pa tapos ang araw, kumalat na ang chismis sa buong opisina. Ang rescue mission na iyon ay parang pandesal na pinahiran ng butter—*mabilis kumalat.*

* * * * * * * * * * *

Sa isip ni Helene:

Ang bait niya... Iniisip ni Helene habang binabalikan ang mga sandali ng pagka-rescue. *Pero... lagi lang ba siyang ganyan sa lahat? O ako lang?*

Habang naglalakad siya pabalik sa kanyang mesa, feeling niya ay may konting kilig na sumusuong sa kanya. Hindi siya sigurado kung ang feeling na iyon ay tungkol lang sa incident na iyon, o kung may iba pang ibig sabihin.

Ngunit, wala nang makakapigil sa chismis ng opisina. Tinutukso siya ng mga katrabaho na parang isang action star si Henry sa mga ganitong pagkakataon. *Ang guapo niya talaga,* ang naiisip ni Helene habang nag-iiwas ng tingin. Kakaibang feeling, hindi niya alam kung natutuwa ba siya o nakakahiya.

* * * * * * * * * * *

Sa kabilang parte ng office, abala naman si Henry sa pag-uusap ni Arthur.

"Tol, seryoso, kung ayaw mong maagaw si Helene, baka naman... masyado ka nang professional, no?"

"Hindi, Arthur. Walang kinalaman 'to sa personal, trabaho lang," sagot ni Henry, nangingiti sa kanyang sarili. "Professional na professionalism."

Si Arthur, walang patid ang mga hirit, tumawa na lang. "Oo nga, ha. Professional na 'to 'yung parang, 'Ako na ang magliligtas ng itlog mo.'"

****

Sa opisina, ang mga usapan ay hindi na huminto. Sa bawat kwarto at kanto, may kwento—si Henry daw, "rescue operation officer ni Miss Helene" o di kaya "secret superhero na may egg-saving powers." Hindi na tuloy malaman ni Helene kung ito na ba ang epekto ng "kilig moment" o kung baka pinapalala na lang siya ng mga katrabaho.

****

Pagtapos ng araw, habang nag-iisip si Helene, hindi pa rin siya makapaniwala sa nangyari. *Si Henry ba, seryoso?* Pero, baka nga hindi. Baka naman ganito lang siya talaga, laging protektado ang lahat, kahit si Helene. Kaso... kung ganun, bakit kaya siya 'yung pinili niyang i-save?

Ang hirap mag-isip! Nahulog na siya sa isang matamis na kalituhan na hindi niya alam kung paano malulutas.

55
Problema? No Worries

Isang normal na araw sa opisina, at lahat ay abala na sa paghahanda para sa malaking presentation sa top management. Si Helene ay naka-set na mag-present ng mga bagong proyekto, at tiwala naman siya sa sarili. Maliban lang sa isang bagay—yung laptop niya. Parang may kung anong kabiguan na nagkukubli.

Habang hinihintay niyang mag-boot up ang laptop niya, nahanap ni Helene ang sarili na nagsasalita sa kanyang sarili, *Haaiisst, please sana magbukas ka na.*

* * * * * * * * * * *

Dumating na ang moment—ang harap ng malaking boardroom, at nakatapat siya sa mga matataas na executives ng kumpanya. Medyo kabado na siya, pero kinakabahan siya sa isang bagay—*yung presentation niya.* Hinihintay na lang niya ang pag-load ng PowerPoint, pero parang nagpasya itong magtampo at hindi magbukas. Puno ng tensyon ang kwarto, at ang mga mata ng mga executives ay naka-focus sa kanya.

"Come on, come on," bulong ni Helene, habang binabalik-balik ang mouse. Pero wala pa rin, walang signal na magbubukas ito.

Diyos ko, paano ko 'to gagawin? Kinabahan siya. Para bang ang oras ay tumigil sa pag-ikot. Bago pa siya magsimula magsabi ng "Sorry," si Henry—nasa likod lang ng room—biglang lumapit.

"No worries, Helene," sabay plug ng flash drive sa laptop niya. Sa isang mabilis na galaw, buksan niya ang backup copy ng PowerPoint file.

"Always good to have a Plan B," sabi ni Henry, sabay abot ng isang maliit na ngiti kay Helene.

Sa loob ng ilang segundo, bumalik ang ngiti ni Helene, at parang nahulog ang bigat sa puso niya. Agad siyang nagpatuloy sa presentation, at ang mga mata ng board members ay tumaas pa. Wala na siyang ginugol na oras na nakakahiya. *Sana may backup plan din ako sa buhay ko!* Isip niya.

* * * * * * * * * * *

Pagbalik niya sa opisina, may konting alingawngaw sa pagitan ng mga desks. Ang mga chismis, syempre, hindi pwedeng mawala.

"Si Boss parang bodyguard ni Miss Helene, ah." "Haha, hindi. IT support slash guardian angel."

Habang binabasa niya ang report na isinubmit, may nakitang sticky note sa folder niya. Isang mensahe mula kay Henry.

"Don't worry. I always come prepared. –H"

Ang mga mata ni Helene ay natigil sa mga salita, at isang simpleng ngiti ang sumik sa labi niya. *Seryoso ba 'to?*

Nasa bahay siya nang gabing iyon, nagpapahinga, kumakain ng instant noodles—dahil minsan, ang simpleng pagkain ay nakakagaan ng loob. Pero hindi niya maiwasang mag-isip. *Kaya ba niya ako tinutulungan kasi boss siya? Or... may iba?* Iniisip ni Helene kung may deeper meaning ang mga ginagawa ni Henry para sa kanya.

Saan nga ba ito patungo? Hindi pa siya sigurado. Pero ang kilig na nararamdaman niya sa bawat galak at pag-aalala ni Henry ay hindi niya matanggal sa utak.

Bakit ba laging nandiyan si Henry?

56

Kumakalat Na Pagmamahal

Si Helene, ang coordinator na as usual ay super organized sa trabaho, ay naglalakad sa hallway na may dala-dalang stacks ng folders. Mga different colored folders na ang laman ay sangkatutak na reports, proposals, at kung anu-ano pang papeles. Hindi niya rin inaasahan na sa isang maling galaw ng kamay, ang isang folder ay biglang dumulas mula sa kanyang kamay at—BOOM—nagkalat ang lahat ng papeles sa sahig.

"Haaiisst! Parang nangyayari na 'to sa lahat ng hindi inaasahan!" bulong ni Helene sa sarili. Habang sinisimulan niyang pulutin ang mga papel, nagulat siya nang makita si Henry, na agad na lumapit at tinulungan siya.

Hindi lang basta tumulong si Henry ha, kundi kneeling in style sa harap ng mga empleyado, at he was wearing his neat, crisp polo barong na parang may fashion show sa hallway! Si Henry, ang boss, na nag-aalaga ng mga dokumento.

* * * * * * * * * * *

"Sir, baka madumihan kayo," sabi ni Helene, ang mukha niya puno ng hiya, pero may kasamang kilig.

"Okay lang. Ang mahal ng bond paper—baka mawala pa," sagot ni Henry, deadpan ang tono. Para bang walang kinalaman sa pagiging boss ang pagtulong niya.

Habang pareho silang nag-aayos ng mga papeles, naririnig ni Helene ang mga kwentuhan ng ibang mga empleyado. Sabi ng isa:

"Si Boss?! Nagpupulot ng bond paper?"

Habang ang isa namang kasamahan sa trabaho ay nagsabi, "Kung ako kay Miss Helene, mukhang may ibang agenda si Boss, ha!"

Tawa na lang si Helene, nahihirapan na hindi mapansin ang mga mata ng mga tao na sumusubok magtago ng mga usapan. But in fairness, hindi niya na rin kayang itago ang pagkakaramdam ng kilig. *Bakit ba, ano ba ang nangyayari?*

Kahit wala siyang gustong itago, parang may nararamdaman siyang kakaiba. It's almost as if his attention was something she couldn't ignore, hindi lang dahil siya ang boss, kundi dahil sa mga simpleng bagay na ginagawa ni Henry para sa kanya.

* * * * * * * * * *

Habang si Henry ay patuloy na nagsasabi ng mga deadpan na jokes habang nag-aayos ng papel, si Arthur—ang best friend ni Henry at kaisa niyang laging nakangiti—ay nagsend ng text kay Henry.

"Bond paper? Sure. Eh 'di sabihin mo na lang mahal siya," text ni Arthur, sigurado nang hindi rin matitinag sa kanyang mga kalokohan.

Si Helene, sa kabilang banda, hindi na rin mapigilang magtaka kung bakit hindi lang siya nakatutok sa trabaho.

Habang siya'y naglalakad papuntang office break room, naisip niya, *"Bakit parang gusto ko siyang makausap kahit wala namang kailangan?"*

Nagkakaroon siya ng mga moments na natutukso siya, naghahanap ng excuse para lang makita siya. Nakita na niya ang sarili na naghihintay sa bawat pagkakataon, at iyon lang, parang naiisip niya na baka may ibang dahilan pa ito.

Nagbabalik-loob siya sa kanyang mga alalahanin. *Baka, hindi lang siya boss ko... may iba pa.*

Pero teka, baka naman siya lang ang nag-iisip na 'to. Hindi kaya, o baka nga, si Henry na mismo ang may lihim na dahilan sa lahat ng ginagawa niya?

Saan kaya patungo 'to?

57

Sana...Hindi Ko S'ya Boss

Officially, dapat ay Isang ordinaryong Friday meeting lang ito. Si Helene, ang moderator sa meeting na ito. Although medyo kabado siya dahil it's the first time na siya ang magsasalita in front of a big group, pero so far she's doing just fine. Dala-dala ang mga reports, presentations, at kung anu-ano pang trabaho, she's trying to keep things smooth. Easy sailing na sana pero habang ipinapakita niya ang budget slide sa shared screen, biglang may aksidenteng nangyari...

Na-delete niya ang slide!

* * * * * * * * * * *

"Haaiisst! Ang shunga-shunga ko talaga!" bulong ni Helene sa sarili, ang muka'y nag-aalab sa hiya. Nagsimula siyang mag-panic, pero bago pa siya makapagsalita ng "Sorry, sorry!" para mag-apologize, mabilis na nag-react si Henry, na nandiyan sa isang sulok ng conference room, nakatingin lang sa kanya.

"Looks like the universe doesn't want us to see the budget. I support that," sabi ni Henry, na ang tono ay parang walang pakialam. Si Henry na may effortless charm, bigla na lang nagbiro, at halos lahat ng mga tao sa meeting ay natawa.

Si Helene, nakahinga ng maluwag, napagod pero tuwang-tuwa. *"Thank you, thank you!"* Sabi niya sa sarili, kahit may halong kaba. She couldn't help but feel relieved. Pero ang kwento niya sa sarili, hindi pa natatapos.

* * * * * * * * * * *

Pagkatapos ng meeting, nagpunta siya sa pantry, kumuha ng isang instant 3-in-1 coffee at naupo sa maliit na sulok. Habang iniisip niya ang nangyari kanina, hindi maiwasan na mag-isip. Naisip niya habang tinititigan ang nilalamig na kape sa kanyang tasa: *"Sana... sana hindi siya boss. Sana pwede akong umasa kahit konti."*

Ngunit nag-alarma rin siya sa mga sumunod na naiisip: *"Ang dami na niyang nagawa para sa'kin. Pero... baka ganun lang talaga siya sa lahat ng tao. Or baka ako lang ang umaasa."*

Tinutok niya ang tingin sa lata ng kape na hawak niya, nangingilid ang mga mata. Kung may pagkakataon lang na mag-usap sila nang wala sa opisina, baka sana may ibang kwento ang buong buhay nila. Pero si Henry ay si Henry—ang boss.

* * * * * * * * * * *

Meanwhile, si Henry naman, sa kanyang opisina, naupo sa mesa habang pinagmamasdan ang Post-it note na ibinigay sa kanya ni Helene minsan. Tinutukoy niya ang mga salitang nakasulat doon, simpleng "Good luck, Boss! –Helene," na nakadikit pa rin sa kanyang computer monitor. Tinitigan niya ang sulat na parang may ibig sabihin na mas malalim, tapos ngumiti siya ng konti at nagbulong sa sarili:

"Kung hindi lang ako boss mo..."

Tinutukso siya ng sariling mga iniisip, parang ang hirap i-resist ng tamis ng mga salitang iyon. Siya na lang ba ang hindi nakakaramdam ng pagkakaiba, o baka si Helene na rin?

Ang simpleng mga galak na ibinibigay niya sa araw-araw, hindi naman halata sa mata ng lahat, pero parang may nararamdaman siyang hindi kayang ipaliwanag. Hindi na lang ito pagiging boss na responsibilidad, kundi parang mas personal pa... Hindi lang siya basta-basta nakatingin sa mga papeles at deadline, kundi sa isang tao.

58

Sunog!

Nasa isang outreach event ang buong opisina sa isang malalayong bayan sa probinsya. Ang layunin ng event ay tumulong sa mga komunidad at magbigay ng mga gamit, kaya naman abala lahat. Si Helene ay ipinasya na pumunta sa isang lumang warehouse para kumuha ng supplies. Hindi naman alam ng lahat na ang warehouse na iyon ay may ilang hindi inaasahang problema—ang mga kable ng kuryente ay may sira, kaya't nagiging sanhi ng maliliit na aksidente paminsan.

Habang nag-iisa sa loob ng warehouse, hindi naagapan ang isang maliit na sunog na nagsimula sa kanto ng isang luma at sira-sirang extension cord. Habang unti-unting bumangon ang usok at dumaan sa buong lugar, hindi pa rin alam ni Helene ang nangyayari. At habang siya ay abala sa paghahanap ng mga supplies, hindi siya agad nakakapansin ng panganib.

* * * * * * * * * *

Samantala, sa labas ng warehouse, hindi nakalimutan ni Henry na mag-check kay Helene. Naisip niyang matagal na siyang hindi bumabalik. Laking gulat niya nang mapansin niyang walang tao sa paligid na nag-iisip kung saan siya. Bigla siyang nakaramdam ng kaba. Tumakbo siya papunta sa warehouse at humingi ng tulong kay Arthur.

"Arthur, wala pa siya! San kaya siya?" tanong ni Henry, na medyo aligaga na.

"Boss, delikado! May sunog!" sigaw ni Arthur, sabay turo sa likod ng warehouse.

Agad na sumugod si Henry nang hindi nagdalawang-isip. "Basta't siya ang nasa loob, hindi ako aalis," sagot ni Henry, determinado.

* * * * * * * * * *

Kahit na may mga nagtatalo-talo sa kung anong gagawin, walang ni isa man sa kanila ang makakapigil kay Henry. Alam niyang si Helene ang nasa loob, at siya na lang ang tanging makakapagligtas sa kanya. Kinuha niya ang susi at pinilit na buksan ang pinto ng warehouse. Tumutok ang mga mata ni Henry sa makapal na usok na dumarami sa loob. "Helene!" sigaw niya, hindi alintana ang panganib.

Pagpasok niya, nakita niya si Helene, nahulog sa isang tabi, hirap huminga at tila semi-unconscious. Ang katawan ni Helene ay napapalibutan na ng usok, ang hangin ay parang dumidikit sa kanyang baga.

"Haaiisst! Helene! Okay ka lang?" tanong ni Henry, habang tumatakbo siya patungo sa kanya at iniiwasan ang mga piraso ng debris mula sa nasirang kisame.

Walang pag-aalinlangan, iniangat niya si Helene at dahan-dahang binuhat. Biglang nag-crack at nagsimula ng mag-collapse sa itaas nila. Kakaibang kaba ang nararamdaman ni Henry.

"Helene, okay ka lang ba?" tanong ni Henry, ang kanyang mga mata ay puno ng concern, hindi lang bilang boss kundi bilang isang tao na may malasakit sa kanya.

Si Helene, nahirapan pa ring huminga, ay hindi makapaniwala sa ginawa ni Henry. "Bakit ka pumasok? Delikado!" nanginginig niyang tinanong.

"Hindi pwede kitang pabayaan, Helene," sagot ni Henry, hindi alintana ang panganib na sumugod siya sa loob.

Tinutok ni Helene ang mata kay Henry, medyo malalim ang iniisip. Isang bahagi niya ay naiintriga sa mga ginagawa ni Henry, at ang isa naman ay naguguluhan.

"Bakit niya ginawa yun? Hindi ba't boss lang siya sa trabaho? O baka... may iba pa siyang nararamdaman?"

59
Ito Na Ba Ang End?

Puno ng usok ang lugar kung saan sila sandaling napatigil. Ang init ay parang sumisilip sa balat ni Helene, habang si Henry ay nagmamadaling hinahanap ang paraan palabas ng maliit na supply room. Hindi nila inaasahan ang ganitong sitwasyon. Mula sa hallway kanina, nagtakbuhan sila palayo mula sa lumalalang sunog. Habang tumatakbo, naisip nila pareho na baka hindi na nila makita ang isa't isa muli.

Ngunit nang makarating sila sa maliit na kwarto, napansin nilang ang pinto ay hindi na mabuksan. Ang mga kable sa labas ay tila nagputok, at ang usok ay nagiging mas makapal at mas makapal. Hindi na nila kayang makahinga nang maayos. Sa panahong iyon, halos hindi na nila maramdaman ang takot, kundi ang masakit na katotohanan na baka ito na ang katapusan nila.

* * * * * * * * * * *

Dala na rin ng pangamba na hindi na sila makakaligtas, nagpasya si Henry na hindi na itago ang nararamdaman. Nagdesisyon siyang aminin ang lahat. May halong kaba sa kanyang mata at tigas ng kanyang boses, ngunit matapang niya itong sinimulan.

"Helene... ikaw ang dahilan kung bakit ako nagbago," sabi ni Henry, ang mga mata ay puno ng seryosong emosyon. "Nung nagsimula akong muli, ikaw ang dahilan kung bakit ako nagpakahirap magbago. Ikaw... ikaw lang."

Nag-isang hakbang siya palapit kay Helene, na nakatayo lang sa isang tabi, hindi makapaniwala sa narinig. Iniiwasan niyang makipag-eye contact kay Henry dahil alam niyang aaminin na ni Henry ang nararamdaman niya.

"Pinilit kong makatapos ng pag-aaral. I started this. Lahat, para sa'yo," dagdag pa ni Henry, sabay hawak ng kanyang kamay.

"I-Ikaw ba si Henry...na kakilala ko...noon pa?"

Tumango si Henry.

Si Helene, hindi pa rin makapaniwala sa lahat ng nangyayari ay naramdaman ang init ng mga mata ni henry. At sa harap ng lahat ng nagaganap, ang huling piraso ng kanyang puso ay tinamaan. Puno ng gulat at emosyon, nagtakda siya ng lakas ng loob.

"Hindi ko alam kung anong nararamdaman ko," simula ni Helene, ang mga mata ay nag-uumapaw sa luha. "Nung una, natakot ako. Kasi ikaw... ikaw ang boss ko, at ako lang 'tong simpleng empleyado. Sobrang hirap isipin."

Nang tumingin si Helene kay Henry, nakita niyang nakatingin ito sa kanya, may mga mata ng isang tao na hindi na kayang magtago pa. "Pero..." nagpatuloy siya, "Alam ko... alam ko na ikaw ang dahilan kung bakit ako natutong mangarap...at magmahal muli."

* * * * * * * * * *

Ang mga oras na lumipas ay tila wala ng katapusan. Ang makapal na usok ay nagiging sanhi ng pag-iyak ng kanilang mga mata, ngunit ang mga kamay nila ay nagsalubong, nagka-krus ang daliri nila. Sa ilalim ng ganitong sitwasyon, hindi nila iniiwasan ang katotohanan na nararamdaman nila sa isa't isa. Si Helene ay hindi na kayang takpan ang mga nararamdaman niya—at si Henry, na hindi na kayang magpanggap, ay patuloy na humawak sa kamay ni Helene.

"Haaiisst!" bulong ni Henry, ang kanyang puso ay parang hinihila ng mga kamay ni Helene. "Sana hindi pa huli ang lahat... para ipakita ko kung gaano kita pinahahalagahan."

Mahal na nila ang isa't isa, ngunit ang sitwasyon ngayon ay parang isang pelikula, isang madilim na pagninilay kung saan bawat segundo ay nagiging mas mahirap para sa kanila.

Sa gitna ng pagkakatutok nilang magkahawak-kamay, narinig nila ang malalayong tunog ng mga sirena. Ang tunog ng mga bumbero ay parang isang pag-asa na gumagapang sa kanilang mga katawan. Ngunit ang usok ay patuloy na tumataas. Hindi nila alam kung makakalabas pa sila.

* * * * * * * * * *

"Helene... kahit anong mangyari," sabi ni Henry, ang kanyang boses ay mabigat ngunit puno ng determinasyon, "tandaan mo... ikaw ang tanging minamahal ko."

Si Helene, halos hindi makapagsalita sa labis na gulat at saya, ay tumingin kay Henry at nakangiti kahit ang kanyang mga mata ay puno ng luha. "Henry... sana hindi huli..."

Ang tunog ng sirena ay patuloy na dumadating, ngunit ang mundo nila ay tila huminto. Hawak nila ang isa't isa, at sa kabila ng lahat ng nararamdaman nilang takot at pangamba, ang puso ni Helene at Henry ay sabay na tumitibok. Walang pag-aalinlangan, walang takot—sa pag-ibig.

Laking tuwa nila ng makitang bumukas ang pinto at nagsipasukan ang mga bumbero.

60

May Nagbago

Ang mga araw na sumunod pagkatapos ng insidente sa warehouse ay puno ng mga maliliit na pagkakamali at awkward moments. Milagrong parehong nakaligtas si Henry at si Helene sa sunog. Mayroon lang silang mga minor na sugat, kaya't dinala sila sa isang malapit na ospital para sa lapatan ng first aid. Lahat ng tao sa opisina ay nag-aalala, pero hindi nila alam kung paano i-handle ang sitwasyon ng dalawang nilalang na nagkakaroon ng malalim na koneksyon sa kabila ng lahat ng pangyayari.

* * * * * * * * * *

Si Henry, habang nakahiga sa kama sa ospital, ay abala sa pagiisip. Hindi niya kayang makapagtago ng damdamin, pero si Helene, tila, nagpapatuloy lang ng pagiging casual. Kahit na magkasama sila sa silid, may distansya. Hindi niya alam kung anong nangyayari. Gusto niyang magsimula ng isang seryosong usapan, pero si Helene ay parang may ibang iniisip. Pinipilit niyang gawing magaan ang lahat, kaya't kahit na may lungkot sa kanyang mga mata, palagi niyang tinatawanan na lang ang mga biro ni Henry.

"Alam mo, Helene, hindi ko pa rin magets kung paano tayo nakaligtas nang sabay..." sabi ni Henry, tumawa nang konti pero halatang may kabigatan sa boses. "Hindi ka ba natatakot nung time na yun?"

Helene, na tahimik lang at nagmamasid sa paligid, ngumiti lang at sinabing, "Ay naku, Sir Henry, hindi na lang iniisip kung paano tayo nakaligtas."

Tumawa siya, tapos kinuha ang remote para palitan ang channel sa TV.

"Sino ba namang may gusto ng 'disaster drama' kung buhay na ang bida?"

* * * * * * * * * *

Si Arthur, na hindi pwedeng mawalan ng pagkakataon para mang-asar, dumaan sa ospital upang dalawin si Henry. Nang makita siya, hindi na nakapagpigil.

"Hey, Henry," sabi ni Arthur, tumitig sa kanya at sinadyang tiningnan si Helene na nagmamasid lang sa isang sulok. "Ganyan ba ang itsura ng nag-confess ng nararamdaman habang naluluto na ang kilay?"

Nagbiro pa siya: "Baka naman si Miss Helene ang nagulat kaya hindi siya makapagsalita? Hindi ba, 'Princess Carry'?" Tumawa si Arthur habang tinutukso si Henry, habang si Helene naman ay tinakpan ang mukha at tumawa na lang.

"Arthur, hindi ko sinadyang maging hero!" sagot ni Henry, nagmamadali para magpatawa. "Eh, si Helene nga 'yung nalagay ng husto sa danger!"

Nakangiti si Helene sa kanilang biruan, pero may bahid ng pag-aalala. Hindi siya sigurado kung ano ang ibig sabihin ng lahat ng nangyari, lalo na ng pag-amin ni Henry sa mga nararamdaman niya.

* * * * * * * * * * *

Pabalik sa opisina, nagsimula nang kumalat ang mga chismis. Ang mga manggagawa sa opisina ay puno ng tanong at haka-haka.

"Ano kaya nangyari sa warehouse? May mga sumabog na drama?" tanong ni Karen, habang ang iba ay nag-uusap tungkol sa nakakalokang sitwasyon.

"Si Sir Henry, nag-princess carry raw kay Miss Helene?" sabi ni Arthur, habang umuupo sa mesa, tinatago ang kakulitan sa kanyang mata. "Para bang pelikula!"

"Wala bang official statement ang HR?" tanong ng isa sa mga empleyado. "Pati na yata ang mga medical bills, drama na!"

* * * * * * * * * * *

Nang matapos ang lahat ng mga kaganapan, nang makalabas na si Helene sa ospital, nag-request siya ng ilang araw na leave. Ang dahilan ay simpleng "break," ngunit sa puso ni Henry, parang may ibang ibig sabihin ito. Bakit ganon? Bago ang lahat ng nangyari, hindi siya nagatubiling magpakita ng tulong kay Helene, pero pagkatapos ng lahat ng 'yon, parang iniiwasan siya nito.

Habang nag-aalala siya sa nangyayari, nilapitan niya si Arthur sa opisina.

"Arthur, ano bang nangyayari? Bakit parang iniiwasan na ako ni Helene?" tanong ni Henry, ang mata ay puno ng kalituhan.

"Bro, hindi ko na alam kung anong nangyayari sa inyo. Bakit nga ba, hindi ko pa yata nasabi sa'yo, pero parang may kung anong weird sa vibe ni Miss Helene lately," sagot ni Arthur, na parang nakahandang magbigay ng opinyon sa kahit anong drama sa opisina. "Baka ikaw lang 'yan, 'Boss'. Hindi ko naman yata nakikita na may problema siya sa'yo, e."

Ngunit si Henry, mas lalong naguguluhan. Bakit parang ang lahat ng ginawa niya para kay Helene ay parang nawalan ng saysay? Siya ang unang tumulong, siya ang unang nag-alala, pero ngayon ay parang may distansya silang dalawa. Nag-iisip siya kung anong ibig sabihin ng lahat ng nangyayari. Baka nga, baka nga si Helene ay naghahanap ng higit pa, at ang pagiging "boss" niya ang nagiging hadlang sa lahat.

* * * * * * * * * * *

Habang nasa bahay at pinapakinggan ni Helene ang mga balita sa office, hindi pa rin niya mawari kung anong nararamdaman. Nagkakaroon siya ng mga moments ng kalituhan, at habang may sipilyo siya sa kamay, sumulat siya ng isang mensahe sa kanyang notes:

"Sana hindi ko na pinairal 'yung takot ko. Bakit ba ako natatakot?"

At sa huling saglit, bago siya nakatulog, nagdadalawang-isip siya kung dapat na ba niyang aminin sa sarili ang nararamdaman niya... o bahala na lang ang hinaharap.

61

Ang Invisible Wall

Matapos ang ilang linggong break, bumalik si Helene sa opisina, ngunit may isang hindi inaasahang bagay na nangyari: ang laging malapit nilang relasyon ni Henry ay biglang naging malamig. Si Helene, na dati ay palaging makikipag-usap at nakikipagbiruan kay henry, ay naging distant at magalang lang sa pakikitungo. Isang ngiti dito, isang "Hi" doon, ngunit wala nang dagdag na oras o mga kwentuhan. Tila may isang invisible wall na pumapagitna sa kanila.

* * * * * * * * * * *

Hindi makapaniwala si henry sa mga nangyayari at pumunta sa desk ni Arthur na puno ng kalituhan.

"Arthur, am I missing something? Did I say something wrong?" tanong ni Henry habang pinipilit niyang mabigyan ng sagot ang mga nangyayari.

Tumingin si Arthur kay Henry, sabay tawa ng konti. "Wala. Pero baka nagulat lang siya. Sabi ko nga, nagka-spark kayo—pero baka kailangan lang ng recharge."

Wala sa mood si Arthur para magpaliwanag, pero alam niyang si Henry ang may kailangan ng push.

Tinitigan lang siya ni Henry, hindi maintindihan kung anong ibig sabihin ng "recharge." "Recharge? Anong ibig mong sabihin?" Tanong niya, halatang confused. Si Arthur, na mahilig sa drama, ay tinapik lang siya sa balikat at naglakad palayo. "Pahinga lang. Baka kailangan lang niya ng time."

* * * * * * * * * * *

Si Helene naman, habang nagtatype ng mga emails sa kanyang desk, ay hindi rin alam kung paano haharapin ang mga nararamdaman. Kung dati ay wala siyang pakialam sa kung ano ang iniisip ni Henry, ngayon ay parang may kalituhan.

“Paano kung iniisip lang niya ‘yun dahil sa gulo?” sabi ni Helene sa sarili, nagmamasid sa mga katrabaho sa paligid.

“Paano kung hindi totoo ang lahat pag kalma na ulit?”

Bawat tanong ay nagpapasakit sa kanyang puso. Hindi niya kayang tingnan si Henry ng diretso; nakatingin lang siya sa laptop, sinusubukan mapigilan ang mga mata na maglandas sa kanya. Hindi siya sigurado kung makakabalik pa sila sa dati.

* * * * * * * * * * *

Samantala, pilit namang sinusubukan ni Henry na gawing normal ang sitwasyon. Pero napagdesisyunang sumubok muli. Habang naglalakad siya sa opisina, napansin niyang si Helene ay nasa pantry, mag-isa. Nanlamig siya. May nararamdaman siyang kailangan niyang magtulungan, ngunit... hindi niya alam kung paano magsimula.

Nagdalawang-isip siya. Tumigil siya sandali sa pintuan, tinitigan siya mula sa malayo, at pilit na inuunawang makipag-usap. Pero, hindi niya na kayang tiisin ang lungkot ng sitwasyon, kaya’t nagdesisyon siyang umiwas. Nabangga ni Henry ang coffee dispenser sa kanto, at... *Splash!* Biglang sumabog ang mainit na tsokolate, natapon sa kanyang polo, pati na ang mga hita niya.

Nagulat siya, takot na mapaso, habang ang ibang tao sa pantry ay nagsimula nang magtawanan. Pero hindi nila alam—ang pinaka nakakahiya sa lahat ng iyon ay... si Arthur, na nakita ang buong eksena mula sa malayo.

Si Arthur, na parang nakakuha ng bagong energy sa pagkakita sa pangyayari, sumigaw mula sa dulo ng hallway. “Boom! Karma sa mga nagtatago ng feelings!”

Halos magka-cringe si Henry sa narinig, ngunit ang totoo, hindi na niya alam kung matatawa o maiiyak sa nangyari. Lumingon siya kay Helene na nanonood lang, at kahit may pagkatawa, alam niyang may malalim na bagay na nangyayari. Kung anong nararamdaman nila, walang gustong magpakita.

* * * * * * * * * * *

Hindi malaman ni Helene kung paano magre-react sa nangyari. Nakatayo lang siya at nakatingin, hindi alam kung ano ang gagawin. Alam niyang si Henry ay nahihirapan, at may kalungkutan siya sa mga mata nito. Pero para kay Helene, kailangan niyang protektahan ang sarili. Ayaw niyang masaktan. "Aiiieee," sabi niya sa sarili, nagsimula na ring mapansin na parang may chemistry pa rin sa pagitan nila. Pero paano kung sa dulo ng lahat, siya lang ang maghihirap?

* * * * * * * * * * *

Nagpatuloy siya sa pagtahimik, ngunit ang pakiramdam na nararamdaman niya ay hindi kayang iwasan—kasi alam niyang may nararamdaman siya kay Henry, at hindi niya kayang magtakip ng mas matagal pa. Sa mga susunod na araw, ang harap-harapan nilang pagkikita ay magiging mas masalimuot at puno ng bagong tensyon.

62
Gone Too Soon

The day is supposed to be a normal working day sa opisina. Nasa may pasilyo si Henry, hawak ang kape niya, naglalakad papunta sa desk. Ngunit nang makita niya ang isang liham na nakapatong sa ibabaw ng kanyang mga papeles, parang may kumurot sa puso niya. Kinuha niya ito at binasa ang nakasulat.

"N-Nag-resign si Helene?" Hindi makapaniwala si Henry, nanginginig ang kamay na humawak sa liham. "Wala man lang paalam? Hindi man lang nag-explain?"

Tinutok ni Henry ang mata sa papel, parang may nakatagong mensahe sa likod ng mga salita, ngunit wala nga—walang kahit anong paliwanag. Walang farewell, walang goodbye hug, parang nawala lang si Helene sa ere.

* * * * * * * * * * *

Habang nag-iisip si Henry, biglang dumating si Arthur, na masyadong mataas ang energy. Nang makita ang liham, napamura na lang siya sa gulat.

"WHAT?! Biglang-bigla?!" sigaw ni Arthur habang pinipilit intindihin ang nangyari. "Parang Ninja mode! Wala bang pasabi, no nothing?"

Si Henry, na kahit anong gawin, hindi pa rin kayang magpanggap na okay, ay nag-take ng deep breath, humarap sa computer, at sinubukang makontak si Helene. Binuksan niya ang phone niya, nag-text, nag-email—lahat ng pwedeng paraan ginawa na. Pero kahit isang tugon, wala.

"Pati bang exit niya, ninja mode din?" bulong ni Henry, nagsisimulang mawalan ng control. Kinuha niya ang HR file ni Helene, naghahanap ng anumang clue—pero wala ring nakalagay. Tanging ang pangalan at impormasyon ni Helene ang nakasulat doon, at sa ilalim nito, ang status na "resigned."

Parang may matinding pwersa na nag-pull down sa dibdib ni Henry. Hindi siya makapaniwala na si Helene ay aalis nang ganoon na lang—walang paalam, walang pagsasabi ng dahilan. Hindi nila naresolba ang lahat. Hindi nila naipaliwanag kung ano ang nararamdaman nila. Hindi nila naitama ang mga bagay.

Nagmumuni-muni siya sa kanyang desk, at ang mga thought bubbles sa utak niya ay parang gumugulong na bola ng kuryente. Si Helene—ang babaeng nagbigay sa kanya ng lakas ng loob at naging dahilan ng lahat ng pagbabagong nangyari sa buhay niya—bigla na lang nawawala. Pumapalakpak ang mga tanong sa utak niya. Bakit hindi siya nagpaalam? Ano bang nangyari? Kailangan ba niyang maghanap ng sagot?

* * * * * * * * * * *

Habang abala si Henry sa paghahanap ng sagot, si Arthur ay hindi rin matahimik. Laking gulat ni Arthur sa nangyaring ito, kaya't nagsimula siyang maglakad-lakad sa office, nag-uusap sa mga kasama nilang mga empleyado, at isang bagong kwento ang sumiksik.

"Boss, narinig mo na ba?" tanong ng isa sa mga staff na dumaan kay Henry. "Si Miss Helene, bigla lang nag-resign! Para daw siyang ninja—walang pasabi, parang hinila na lang ng hangin!"

Isa pang katrabaho ang sumunod. "I heard na si Sir Henry daw ang dahilan! 'Di ba, may something na nangyari sa kanila?"

Si Henry, na nasa gitna ng mga pahayag na iyon, naramdaman ang init ng katawan niya. Si Arthur, na parang excited na makita ang lahat ng rumors na kumakalat, hindi mapigilang magsalita, "Aha, parang sinadyang maglaho! Ang mystery ng opisina! Si Helene, hindi na magbabalik?"

"Haaiisst!" tanging nasabi ni Henry sa sarili, hindi mapigilan ang mga saloobin. "Bakit hindi ko agad ginawa ang mga dapat kong gawin?" Wala nang ibang naiisip si Henry kundi ang maghanap kay Helene—kung saan man siya ngayon, kung anuman ang nangyari sa kanya.

Ngunit may isang tanong sa kanyang isipan na nagsimula nang magbukas nang malalim: "Bakit parang may iba nang nangyayari sa buhay ko? Bakit parang si Helene ang isa sa pinakamahalaga sa lahat ng ito?"

* * * * * * * * * * *

Puno ng tensyon ang buong opisina. Ang pagkawala ni Helene ay parang isang malaking misteryo na gumugulo sa lahat. Si Henry, nahulog sa mga tanong na walang sagot, ay hindi kayang magpatawad sa sarili dahil sa mga hindi nasabing salita. Isang desisyon ang kailangang gawin, ngunit ang oras ay tila hindi nagpapahintulot.

Sa kabilang banda, si Arthur ay nagsimula nang magbuo ng sarili niyang teorya sa kung bakit nawala si Helene. "Sige na, siguro'y nagsimula siya ng bagong buhay, or baka naman gusto niyang umalis kasi... may lihim na nararamdaman para kay Henry!" Hindi niya alam na baka siya pa ang magbigay-liwanag sa mga misteryo ng opisina.

* * * * * * * * * * *

Ang tanong ng lahat: *Saan nga ba si Helene?* At ang tanong ni Henry, *Bakit hindi siya nagpaalam?*

63
Nawalang Parang Bula

Isang taon na ang lumipas mula nang mag-resign si Helene. Si Henry, kahit gaano man siya katagal tumigil, hindi pa rin matanggap ang pagkawala niya. Para bang may isang puwang sa puso niya na hindi kayang punan ng kahit anong bagay. Kaya naman, inumpisahan niyang maghanap. Hindi siya tumigil.

Puno ng determinasyon, si Henry ay nagsimula ng isang tahimik ngunit desperadong paghahanap. Nagtanong-tanong siya sa mga kaibigan, nag-join siya sa alumni groups nila, at pati na sa mga networking events—lahat ng posibilidad na pwedeng dalhin siya kay Helene, pinuntahan niya. Lahat ng ito ay ginagawa niya nang tahimik, hindi ipinaaalam sa mga katrabaho, dahil alam niyang hindi siya pwedeng magmukhang desperado.

Si Arthur, na sumusubok maging makatwiran, ay palaging nagmamasid kay Henry. Pero hindi maiwasang mag-alala. "Boss, this isn't *Taken*. Hindi ka si Liam Neeson," sabi ni Arthur habang binabaybay ang hallway, sinusubukang ipaliwanag na hindi pwedeng magpakalunod si Henry sa paghahanap.

Pero si Henry, hindi na kayang pakawalan ang mga tanong na bumabagabag sa kanya. Ang bawat araw na hindi siya nakakakita ng anumang palatandaan kay Helene ay para bang isang walang katapusang paghihirap.

* * * * * * * * * * *

At so, nagsimula ang isang serye ng mga *false alarms* na parang bida sa isang teleserye—mga pangyayaring nagbigay ng pag-asa kay Henry, pero sa huli ay nagdulot lang ng kabiguan.

Isang araw, habang naglalakad siya sa isang mall, may nakita siyang babae na halos kasing-tangkad at kasing-haba ng buhok ni Helene. Nakita niya ito mula sa malayo, parang ang bilis ng tibok ng puso niya. Parang kinabig siya sa lakas ng kaba. Tumakbo siya papalapit, para siguraduhin—pero nang makita niya ang mukha,

"*Aiiieee!* Hindi siya si Helene! Pati buhok, magkaibang-magaang!" Animo'y natapakan ang puso ni Henry sa pagkatalo.

May isang pagkakataon pa, nang si Arthur at ang mga officemates niya ay nagpasiyang mag-prank. Inisip nila na matutuwa si Henry kung akalaing nakakita sila ng impormasyon tungkol kay Helene. Isa-isang naglakas-loob ang mga officemates ni Henry, nagsabi sila ng mga kwento kung saan daw nila nakita si Helene, nakaupo sa isang cafe, naglalakad sa harap ng building. Pero, lahat ng iyon—parang isang script na galing sa isang romcom—wala ni isa sa kanila ang totoo. Sabi ni Arthur habang tinitingnan ang reaksyon ni Henry: "*Haaiisst!* Baka ikaw na lang ang hindi nakaka-tawa!"

Pero hindi nakakatawa kay Henry. Para bang si Helene ay naging isang anino na hindi kayang hawakan. Sa kabila ng lahat ng prank at kabaliwan ng mga officemates, si Henry ay patuloy na naghanap, patuloy na nagtipon ng mga piraso ng mga alaala nila ni Helene. Pero bawat araw, mas lumalayo si Helene, parang siya'y isang nilalang na hindi pwedeng maabot.

* * * * * * * * * * *

Pagkatapos ng isang taon ng walang kasiguraduhan, napagod na si Henry. Alam niyang walang silbi ang paghahanap kung wala naman siyang makikita. Tinanggap niyang hindi siya matutulungan ng paghahanap na iyon, kaya't nag-focus siya sa negosyo—sa kumpanya nila. Dumaan ang mga linggo, mga buwan, at si Henry ay naging mas dedicated, mas seryoso. Ang opisina ay lumago. Si Henry, unti-unting naging mas matibay, mas buo ang loob, pero may nakatagong lungkot sa mga mata niya.

Kung titingnan mo siya, parang walang nangyari. Nakasuot siya ng mga sunglasses, para hindi makita ang lungkot na iniwasan niyang ipakita sa lahat. Pero sa loob-loob niya, hindi na niya kayang kalimutan si Helene, ang babaeng nagbigay ng mas masaya at makulay na buhay, at ngayon—wala na.

Sana nga, ang mga sunglasses na iyon ay magbigay-linaw sa mga tanong na matagal nang gumugulo sa kanyang puso. Kasi hanggang ngayon, si Helene pa rin ang laman ng kanyang mga iniisip. At kahit ang mundo ay patuloy na umiikot at ang negosyo ay patuloy na lumalago, ang tanong ni Henry ay palaging iisa: *Nasaan na si Helene?*

64

Fate Ba O Destiny

Isang araw, habang tinitingnan ni Henry ang mga papeles sa desk niya, napansin niya ang isang makulay na sobre na nakapatong sa tumpok ng mga dokumento. Habang pinagmamasdan niya ang design ng sobre, naisip niyang baka isang junk mail lang ito. But when he opened it, the elegant letter inside caught his attention. It was from a newly opened bank, offering fantastic perks for new corporate accounts. Laking gulat niya nang makita ang mga benepisyong inaalok: free services, exclusive rewards, at kung anu-ano pang mga enticing na alok.

"Hmm, parang okay to ah. Pero, teka, parang masyadong maganda para maging totoo..." sabi ni Henry habang pinagmamasdan ang sulat. He almost tossed it aside, thinking it was just another marketing gimmick. But then—

Ring!

Tumunog ang phone niya. Si Arthur.

"Boss, nakita mo na ba yun? Yung letter from that new bank? Perks na worth it 'yan! I have to admit, dapat kang magpunta dun!" excited na wika ni Arthur sa kabilang linya.

"Ano, ako pa? Hindi ko naman kailangan ng bagong bank account eh. May account na ako, okay na 'yon." sagot ni Henry habang inaayos ang mga papeles sa kanyang desk.

Pero si Arthur, hindi pa tinigilan si Henry. "Boss, I'm telling you, sayang 'yan! I'm serious! They're expecting you na! Sayang ang perks, baka hindi na 'to maulit!"

Napapailing si Henry, nagsimula nang magduda. "Haaiisst! Parang mas excited ka pa kaysa sa account manager nila ah."

Arthur, na kilala na ni Henry bilang parang alalahanin niyang batang kaibigan, ay nagpatuloy pa rin sa pangungumbinse. "Boss, matagal ko nang naririnig ang mga offers nila. First time ko lang makakita ng banko na ganyan ka-agresibo sa corporate perks. Baka nga may secret deal pa na hindi ko pa alam! Go na!"

Nakita ni Henry na mukhang hindi titigil si Arthur hangga't hindi siya pumayag, kaya't nagdesisyon na rin siyang umalis. "Fine. Kung gusto mong mag-excite ako, sige na nga. Ayusin ko na lang schedule ko ngayong umaga."

* * * * * * * * * *

Pinili ni Henry na mag-clear ng kanyang schedule sa umaga. Dahil sa kapipilit ni Arthur, nakumbinsi siya na may malaking affair na magaganap sa bankong iyon. Sabi nga ni Arthur, "Sayang kung hindi mo subukan!" Kaya't pinuntahan ni Henry ang bagong bukas na banko, medyo nagtataka kung ano nga ba ang makikita niya doon. Sigurado siyang malaki ang perks—hindi lang niya alam kung enough ito para mag-opne ng account doon.

Habang papalapit siya sa banko, nag-isip siya kung anong kalokohan na naman ba ang susundan nito.

"Haiisst, baka naman pati 'yung bank manager, kilig na kilig sa akin. (Chuckle!) Baka may mga secret fans ako sa loob!"

Pero, sa totoo lang, hindi niya kayang itago ang isang bagay—na kahit na minsan, naiirita siya sa mga antics ni Arthur, siya pa rin ang laging nakaka-convince sa kanya na mag-join sa mga ganitong mga new ventures.

Pumasok si Henry sa banko, at agad siyang sinalubong ng mga staff na parang siya na ang hari.

"Good morning, sir! We've been expecting you!" sabi ng isang maasim na babaeng account manager.

"Haaiisst, ang taas ng energy nila ah..." bulong ni Henry sa sarili.

Habang ginugol ni Henry ang mga susunod na oras sa banko at nakipag-usap sa mga account managers, hindi niya mapigilang magtaka—kung totoo nga ba ang lahat ng perks na ito o isang malaking setup lang para kumbinsihin siya sa mga offer nila. Pero habang pinag-uusapan nila ang mga detalye ng bank account, hindi maiwasan ni Henry na magtanong sa sarili: *"Okay ba to? Baka may hidden agenda pa."*

Pagtapos ng meeting, may konting inis at halong pagka-confused na nadama si Henry. *"Haaiisst, di ko na alam kung anong inagsasabi nila, pero mukhang mas marami pa akong tanong kaysa sagot!"*

65

Boring Na Grand Opening

Hindi alam ni Henry kung matutuwa ba siya o matatawa. Ang daming streamers at balloons na parang isang malaking celebration ng isang pangarap na negosyo. Lahat ng tao ay abala, may masayang tunog ng music na pumapailanlang sa hangin. Pero sa mata ni Henry, parang lahat ng ito ay isang malaking circus na hindi niya maintindihan.

* * * * * * * * * * *

"Haaiisst... Kung para sa perks lang 'to, parang hindi ko na yata kaya. Ang daming halakhak, parang pinipilit nilang magka-crowd na walang laman," sabi ni Henry habang tinitingnan ang mga nakaayos na chairs at tables na nagmukhang party setup ng isang debut.

Habang naglalakad siya sa loob, isang staff na puno ng enerhiya ang lumapit sa kanya.

"Sir! Welcome to our grand opening! Nais niyo po bang kumuha ng flyer para sa mga amazing offers namin?!"

Parang hindi pa rin makapaniwala si Henry sa hitsura ng event, tumingin sa staff at medyo pilit na ngumiti.

"Salamat na lang," sabay tingin sa mga flyers na punung-puno ng makulay na pictures ng iba't ibang promo.

* * * * * * * * * * *

Pinili niyang maghanap ng lugar kung saan pwedeng magpahinga at mag-relax. Nang makita ang isang plush chair sa sulok, agad siyang naupo, nagcross ng mga braso, at nagsimulang mag-isip kung may way na makalabas ng hindi napapansin.

Hindi nagtagal, may isa pang staff na lumapit sa kanya na ang purpose ay huwag siyang pabayaang umalis ng banko.

"Sir, may ongoing raffle po tayo! May chance po kayong manalo ng exclusive prizes!"

"Haaiisst! Parang may jackpot na hindi ko naman kailangang salihan!" bulong ni Henry sa sarili. Pero dahil tinanong siya, hindi na rin siya tumanggi.

"Okay na nga, ano bang pa-raffle niyo?"

"Ano po, sir? Mananalo po kayo ng water bottle na may logo ng banko natin!"

"Water bottle?!" nagtatakang sabi ni Henry habang pinipigilan ang pagtawa. *"Hindi ba nila pwedeng gawing luxury item 'to?"*

Lumingon siya at nakita ang buong crowd na parang sobrang excited sa mga pa-raffle na ganoon kalaki ang hype. *"Kakaibang event, ha,"* bulong ni Henry habang naiiling.

* * * * * * * * * * *

Sa kanyang surprise, na-draw ang pangalan niya, at ipinakita ng staff ang maliit na prize na itim na water bottle na may logo ng banko. Tinanggap niya ito nang medyo awkward, at parang nag-iisip kung tatawa ba siya o matatawa na lang sa kahinaan ng raffle.

Habang bumababa siya habang hawak ang bottle, nag-isip siya, *Siguro, hindi ko na dapat tinanggap ito. Nagpunta ako dito para maghanap ng perks at good deals, hindi para sa water bottle.*

66

Nagkamali Po Kayo

Hindi nasisiyahan si Henry sa grand opening ng banko. Parang isang walang katapusang kalituhan ng ingay at kulay ang kaganapan, at anuman ang pagsubok niyang makialam, parang... walang saysay. Ang tunog ng musika ay sobrang lakas, ang mga confetti ay lumilipad sa hangin na parang mga dahon na nalalaglag, at ang mga staff ay nagmamadali, nag-aabot ng mga flyers at brochures. Lahat ng iyon, para sa kanya, ay sobrang labis na.

Habang nakaupo siya sa isang upuan, walang direksyong nag-i-scroll sa phone, hindi niya matanggal ang pakiramdam ng pagkabagot na patuloy na bumangon sa kanya. Ayaw na niyang mag-stay pa ng matagal. Plano na niyang umalis. Wala nang excitement. Napapagod na siya.

"Haaiisst! Nasaan ba ang thrill dito?" bulong niya sa sarili, ang mga mata'y pa-baling-baling sa buong paligid ng kuwarto.

Ang juice na hawak niya, parang tubig na lang, wala nang lasa. Wala siyang pakialam sa event o sa palabas. Binibilang na lang niya ang minuto bago siya makaalis nang hindi namamalayan ng iba.

* * * * * * * * * * *

Pero bago pa man siya makabangon at magsimula nang umalis, bigla na lang may humarang sa kanyang dadaanan.

Isang anino ang tumayo sa harapan niya, at sa isang saglit, parang lahat ng iba pang bagay ay naglaho. Tumigil ang puso niya. Parang ang mundo ay huminto sa pag-ikot.

At saka, isang malambot na tinig ang sumira sa katahimikan.

"Ay, sir, mukhang nagkamali po kayo ng lagay sa amount. Paki-double check po muna,"

Ang mga salitang iyon ay nakabitin sa hangin, ngunit hindi ito ang request na tumatak sa kanya—kundi ang taong nagsabi nito. Biglang nawala ang lahat sa isipan ni Henry. Dahan-dahan niyang itinaas ang kanyang mga mata, at sa saglit na iyon, parang huminto ang oras. Naroroon siya.

Si Helene.

* * * * * * * * * * *

Parang isang alon si Helene na lumunod sa puso niya. Nakatayo siya sa harapan ni Henry, ang ngiti niya, parehong pamilyar at kakaiba. Ang uniporme niyang suot, ang nameplate na kumikislap sa ilalim ng mga ilaw, ang lahat ng iyon ay nagbigay ng pakiramdam ng surrealidad. Pero siya nga—siya.

Napa-blink si Henry, at muntik nang mawalan ng hininga. Bumilis ang tibok ng puso niya. Paano ito nangyari? Paano siya naroroon sa harapan niya muli, parang hindi lumipas ang mga taon, at parang lahat ay bumalik sa tamang lugar?

Ang ingay ng grand opening ay unti-unting naglaho—ang musika, ang mga kwentuhan—lahat ay naging malabo na parang naging tunog ng isang malayong mundo. Tanging siya at si Helene na lang ang naroon sa moment na iyon.

At matagal na sandali, hindi sila gumagalaw—nagkatitigan lang. Nabigo si Henry na magsalita. Nawala siya sa mga mata ni Helene, ang presensya niya, ang biglaang pagdapo sa kanyang puso.

At pagkatapos, ang tanging nais niyang masabi ay, "Helene..."

67

Nagkamali Po Kayo ng Lagay

"Ay, sir, mukhang nagkamali po kayo ng lagay sa amount." Nakatayo sa harapan ni Henry si Helene, nakangiti na may kasamang pilyo at maalalahanin na tingin. Naka-uniforme siya ng banko, at ang pangalan plate niya ay kumikislap sa ilalim ng maliwanag na ilaw. May kakaibang aura na bumabalot sa kanya—parang echo mula sa nakaraan, na bumalik sa kasalukuyan.

Hindi makapaniwala si Henry. Nakatingin lang siya, na para bang nahulog sa isang time machine. Nasa harap niya si Helene—pero ngayon, iba na siya. Hindi na siya ang Henry na natatakot sa kanyang sarili, at hindi na rin si Helene ang babaeng malumanay lang mag-assist sa kanya sa unang pagkakataon.

Si Helene, na ngayon ay medyo mas may confidence, ang unang nag-break ng katahimikan.

* * * * * * * * * * *

"Don't worry, Sir... tutulungan ko po kayong mag-fill-up," wika ni Helene, may soft chuckle sa dulo ng pangungusap. Ang eksaktong linya na sinabi niya sa kanya noon—noong unang beses silang nagkita, nung siya'y nanginginig at nanginginig sa kaba, habang hawak ang isang tseke na parang buhay na lang ang nakataya.

Ang parehong linya. Ang parehong babae. Pero ngayon, pareho silang nagbago.

Hindi na kayang magsalita agad ni Henry. Tumingin siya kay Helene, ang kanyang dibdib ay parang pinipiga—hindi dahil sa kalituhan, kundi dahil sa nararamdaman niyang ibang klase ng kilig na muling bumangon.

Sa isang sandali, parang ang mundo ay huminto—ang tunog ng musika, ang mga announcer na naglalakad, at ang mga tao na abala, lahat ng ito ay nagiging malabo, na parang nagbigay ng espasyo para sa kanilang dalawa.

Si Henry ay nakatayo, nakatitig kay Helene, at sa isang mahinang tinig, nilabas niya ang isang salita:

"Ikaw nga..."

* * * * * * * * * * *

Si Helene, hindi nag-mamayabang o nag-tease, kundi ngumiti lang ng may pagkaalaman. Hindi isang ngiti ng pilya, kundi ngiti na parang siya lang at si Henry ang nakakaalam kung anong nangyari sa pagitan nila noon.

Nagtagpo ang kanilang mata at nagpatuloy ang ilang segundo ng silent understanding. Si Henry, hindi na kayang pigilan ang kilig, ngumiti at sabay sabi, "Sure. Let's fill it out together."

Hindi na nag-aksaya ng oras si Helene. Kinuha ang isang ballpen, umupo sa tabi ni Henry, at ang kanilang mga balikat ay magkasabay na dumampi.

* * * * * * * * * * *

Habang nagsusulat, ang tunog ng grand opening ay parang nawala—sa isang sulok ng isang masalimuot na mundo, ang tanging naririnig lang ni Henry ay ang tibok ng kanyang puso, sabay na bumangon na parang unang araw nilang magkasama.

At sa maliit na sulok ng isang magulo at masayang grand opening, doon nagsimula ulit—ang kwento nila, kung saan lahat ng bagay ay nagiging makulay at magaan. Kung saan ang lahat ng dating kilig, nagbabalik.

Epilogue

Walang tigil ang ngiti ni Henry habang nakaupo sa tabi ni Helene sa lobby ng banko. Parang mabilis ang tibok ng puso niya, at medyo pawis pa ang mga palad, pero sinubukan niyang magpaka-cool.

"So... ikaw pala ang surprise opening promo nila?" tanong ni Henry, nang hindi maiwasang magtago ng kilig.

Tinutok ni Helene ang kanyang mga mata sa kanya at tumawa.

"Oo. Exclusive promo: one heart per client. Limited slot. Ikaw lang ang qualified."

Napangiti si Henry at napatawa.

"Aba, may pa-loyalty program?"

* * * * * * * * * * *

Nagsimula silang magbiro, pero sa kabila ng mga kwela nilang usapan, may mga damdamin na hindi nila kayang itago. Nilinaw ni Helene na nagsimula siya sa banko ilang linggo pa lang ang nakalipas. Hindi niya sigurado kung makikilala pa siya ni Henry, at hindi siya umasa na magkikita sila agad—lalo na sa grand opening.

Habang nakatingin si Henry kay Helene, inamin niyang muntik na siyang hindi pumunta sa opening ng banko.

"Kung hindi ako pinilit ni Arthur, baka hindi tayo nagkita."

Nag-abot sila ng isang tingin, na may kasamang mga ngiti at muling pagnanais na magsalita, pero walang magawa kundi tumahimik at magtawanan.

"Fate 'to, no?" malumanay na tanong ni Helene.

"Oo. O baka naman... rewards points na ng lahat ng pagdurusa natin noon," sagot ni Henry, kalahating biro.

Ngunit sa ilalim ng kanilang mga ngiti, ang totoo ay nararamdaman nila na hindi lang ito isang simpleng pagkikita.

Ito ay tunay na Destiny.

* * * * * * * * * * *

"Henry... bakit mo ba ako tinutulungan lagi noon? Sa company. Sa trabaho. Sa lahat?" tanong ni Helene, ang mga mata ay naghahanap ng kasagutan.

Tumitig si Henry sa kanya at inamin ang lahat.

"Dahil minahal na kita, noon pa." Sagot niya, ang tinig ay malumanay pero puno ng damdamin.

Halatang naapektuhan si Helene sa sinabi niya. May gumambala sa kanyang mga mata—mga luha na handang dumaloy.

"Grabe ka. Ganyan ka ba magmahal? Tahimik pero matindi?" tanong ni Helene, ang damdamin ay nagniningning sa kanyang mga mata.

Si Henry, na medyo nag-aalangan pa, ngumiti ng mahina.

"Tahimik? Siguro. Pero hindi lang matindi... malalang pagmamahal pa."

Ngumiti si Helene at natagpuan nila ang sarili nilang naghihiraman ng mga galak at sakit sa nakaraan. Magaan ang pakiramdam nila—at higit pa, nag-uusap sila tungkol sa mga bagay na noon pa lang ay nais nilang sabihin sa isa't isa.

* * * * * * * * * * *

Si Helene naman ang nagpaliwanag. Matapos siyang umalis sa kumpanya, nagdesisyon siyang magpatuloy muli sa pag-aaral. Nais niyang magsimula ng bagong kabanata ng kanyang buhay, na siya lang at walang iba.

"Gusto kong may sarili akong kwento. Hindi lang... 'yung babae ni Henry.'" sabi ni Helene, sabay ngiti ng konti.

Si Henry, natutuwang tumango. "And now?"

"Ngayon... okay lang kahit maging 'babae ni Henry.' Basta si Henry pa rin 'yung Henry ko." Sagot ni Helene, ang mata ay kumikislap sa tuwa.

Nagtawanan silang dalawa, ang mga mata'y naglalakbay sa kwento ng nakaraan, habang magkasama sila sa ilalim ng malambot na liwanag ng hapon. Isang halik sa noo at mga kamay na nagtagpo.

* * * * * * * * * * *

Sa isang tahimik na dinner kasama ang ilang malalapit na kaibigan, nagdesisyon si Henry na ibahagi ang buong kwento. Kung paano siya binago ng babae mula sa banko, kung paano siya nagbago mula sa isang tamad na nag-dropout patungo sa isang matagumpay na business owner dahil sa kanya.

Si Helene, habang hawak ang kamay ni Henry, ay tumango at nagsabi:

"At kahit hindi niya alam... siya rin ang dahilan kung bakit gusto kong maging better."

Nag-raise sila ng mga baso, at sa sandaling iyon, naramdaman nila ang tagumpay ng pagmamahal. Pagkatapos ng lahat ng pagsubok, natutunan nilang mahalin ang isa't isa nang tapat at buo.

Pag-uwi nila ng gabing iyon, si Helene, na may ngiti sa labi, ay may binanggit kay Henry.

"Henry, pwede bang mag-deposit ka na ulit."

Si Henry, na medyo naguguluhan, ay tumingin sa kanya. "Saan?"

Nag-smirk si Helene at nagsabing:

"Dito sa puso ko."

*** * * * THE END * * * ***

www.ingramcontent.com/pod-product-compliance
Lightning Source LLC
LaVergne TN
LVHW010751051026
849532LV00007B/2330
* 9 7 8 6 2 1 8 4 5 8 2 8 4 *